മലയാളത്തിന്റെ

പ്രിയകവിതകൾ

കെ.ജി.എസ്.

മലയാളത്തിന്റെ

പ്രിയകവിതകൾ

കെ.ജി.എസ്.

കവിതകൾ തിരഞ്ഞെടുത്തത്

ഡോ. ജി. ഉഷാകുമാരി

ഗ്രീൻ ബുക്സ്

green books private limited
gb building, civil lane road, ayyanthole,
thrissur- 680 003, kerala, ph: +91 487-2381066, 2381039
website: www.greenbooksindia.com
e-mail: info@greenbooksindia.com

malayalam
malayalathinte priyakavithakal
poem
by
k.g.s.

compiled by
dr. g. ushakumari

first published july 2017

cover design : rajesh chalode

branches:
thrissur 0487-2422515
palakkad 0491-2546162
kannur 0497-2763038
thiruvananthapuram 8589095301

isbn : 978-93-86440-52-5

GBPL/923/2017

മുഖക്കുറി

കവിതയിലെ ആധുനികത ഒരു കാലഘട്ടത്തിന്റെ
രാഷ്ട്രീയ പ്രത്യയമായി തിരിച്ചറിയപ്പെട്ടത്
കെ.ജി.എസിന്റെ കവിതകളിൽ നിന്നായിരുന്നു.
'ബംഗാൾ', 'കഷണ്ടി' തുടങ്ങിയ നിരവധി കവിതകൾ
ആധുനികതയെ ഒരു പൊളിറ്റിക്കൽ മൂവ്മെന്റിന്റെ
ഭാഗമാക്കിത്തീർക്കുകയായിരുന്നു. 1972ൽ എഴുതപ്പെട്ട
'ബംഗാൾ' വിപ്ലവചിന്തകളും രാഷ്ട്രീയ വീരവാദങ്ങളും
മധ്യവർഗ്ഗ ഭയാശങ്കകളുംകൊണ്ട് പുകഞ്ഞു നീറുന്ന
ഒരു കാലഘട്ടത്തിന്റെ കണ്ണാടിയായിരുന്നു.
ജാഗ്രതയും പ്രതിരോധവുമായിരുന്നു പില്ക്കാല
കെ.ജി.എസ്. കവിതകളുടെ ഊടും പാവും.
അടിയന്തിരാവസ്ഥക്കാലത്ത് ഉൾക്കൊണ്ട
ബദൽവഴികളുടെ പാരമ്പര്യം സൂക്ഷ്മോർജ്ജമായി
നിലനിർത്തിക്കൊണ്ട് ജനകീയപ്രതിരോധത്തിന്റെ
ആവിഷ്ക്കാരങ്ങളായി കവിതകൾ രൂപാന്തരപ്പെട്ടു.
ഭാവപരവും രൂപപരവുമായ നിരന്തരമായ സ്വയം പുതുക്കൽ -
അതായിരുന്നു കെ.ജി.എസ്. കവിതകൾ.
കവിതയിൽ മറ്റാർക്കും അനുകരിക്കാനാകാത്ത
സ്വന്തമായ വഴി സങ്കീർണ്ണമായ സ്വത്വമണ്ഡലങ്ങളും
പ്രത്യയശാസ്ത്ര വിപര്യയങ്ങളും കവിതയിലേക്ക്
ആവാഹിച്ചുകൊണ്ട് ഏറ്റവും കൂർത്ത അധികാര
വിമർശനവേദിയായി അദ്ദേഹം കവിതയെ പ്രതിഷ്ഠിച്ചു.
ദാർശനികമാനങ്ങൾ, വാക്കിന്റെ കെട്ടിവെച്ച
ബാദ്ധ്യതയിൽനിന്നുള്ള സ്വാതന്ത്ര്യം പ്രഖ്യാപിക്കൽ,
രാഷ്ട്രീയ ഉദ്വിഗ്നതകളുടെ നിലപാടുകളും
ചരിത്രവൽക്കരണങ്ങളും - ഇവ്വിധം വ്യവസ്ഥാനുസാരിയല്ലാത്ത
മുദ്രണങ്ങളായി അദ്ദേഹം കവിതയെ മാറ്റിമറിച്ചു.
മലയാള ഭാവുകതയുടെ വേറിട്ട ഒരു അടയാളപ്പെടുത്തൽ.

കൃഷ്ണദാസ്
മാനേജിങ് എഡിറ്റർ

ഗ്രീൻ ബുക്സ് മാനേജിംഗ്
ഡയറക്ടർ കൃഷ്ണദാസ്
സ്നേഹലത
വി.യു. സുരേന്ദ്രൻ
ഡോ. ജി. ഉഷാകുമാരി
എന്നീ സുഹൃത്തുക്കൾ കാരണം
ഈ പുസ്തകം.
അവർക്കും
ഗ്രീൻ ബുക്സിനും നന്ദി

കെ.ജി.എസ്.

എത്രയഗാധതലങ്ങളിൽനിന്നു വരുന്നു നമ്മുടെ പുഞ്ചിരിപോലും!*

ഡോ. ജി. ഉഷാകുമാരി

കവിതയിലും ഹൈവേയിൽ നിന്നുള്ള ഇടവഴിത്തിരിവിലുമാണ് കെ.ജി.എസ്സിനു വീട്. വെള്ളത്തിനുള്ളിൽ വെള്ളം വളഞ്ഞുകേറി ചുരുണ്ടുകിടക്കുന്ന ചിറയ്ക്കരുകെ. കവിതയിൽ കാക്കയാണ് പക്ഷി. ഉത്തരവാദിത്വം വിടാതെ, സ്വയം പേരുവിളിച്ചുപറഞ്ഞും സ്വന്തം പറ്റത്തെ അഭിസംബോധന ചെയ്തും എപ്പോഴും എല്ലായിടത്തും അതിന്റെ നീലക്കാലടിപ്പാടുകൾ. തനിനാടൻ. എങ്കിലും നാടും നാടുവിടലും അതിലിണങ്ങും. 'ചെരിനോട്ടം' പോലെ തന്നെ കാലം തുളയ്ക്കുന്ന കൂർത്ത നേർനോട്ടങ്ങളും അതിനു പരിചിതം. തത്തയെപ്പോലെ വളർത്തുപക്ഷിയല്ലത്. മയിലിനെപ്പോലെ വിടർക്കാഴ്ചയുമല്ല. 'ആഴത്തിലാഴക്ക് നീരം' നാവിലെത്തിക്കുന്ന സൂക്ഷ്മജ്ഞാനം. സ്ഥിരമായൊന്നും അന്യമല്ലെന്നും സ്വന്തമല്ലെന്നുമറിഞ്ഞ് ലോകത്തിലേക്കു നമ്മെ തുണ ചേർത്ത് വിവേകപ്പെടുന്ന വാക്ക് ('വേണം എനിക്കാ തുണ'). പുറത്തുനിർത്തപ്പെടലിന്റെ പൊള്ളുന്ന പറക്കലാണ് കാക്കയുടേതെന്ന കുട്ടിക്കഥയിങ്ങനെ: 'ഒരിടത്തൊരു കാക്കയും കുരുവിയും ഉറ്റചങ്ങാതിമാർ. കാറ്റത്തും മഴയത്തും കാക്കയുടെ കൂടൊലിച്ചുപോയി. അതു കുരുവിയുടെ വീടു തേടി ചെന്നു. വാതിൽക്കൽ മുട്ടിവിളിച്ചു. ഞാൻ കുട്ടികൾക്ക് ഭക്ഷണം കൊടുക്കുവാ, കുറച്ചു കഴിയട്ടെയെന്ന് കുരുവി. പിന്നെ മുട്ടിയപ്പോൾ ഭർത്താവിനെ ഊട്ടുകയാണ്, കുറച്ചു കഴിയട്ടെ എന്നായി, പിന്നെ കിടക്ക വിരിക്കട്ടെ, ഉറക്കട്ടെ എന്നായി. കുരുവി വ്യവസ്ഥാനുസാരി. കാക്ക കുയിലിന്റെ മുട്ടയും കാക്കുന്നവൾ. കിടപ്പാടമില്ലാത്ത ആദിവാസി. കാക്കയ്ക്കു ക്ഷമയറ്റു. ഒടുവിലെല്ലാം കഴിഞ്ഞ് കുരുവി വാതിൽ തുറന്നു. വിശന്നു തളർന്നിട്ടും കാക്കയ്ക്ക് അത്താഴം കൊടുത്തില്ല, കുരുവി. കിടക്കാനതിനിടം കടലച്ചാക്കിൽ... കാക്ക രാത്രി മുഴുവനും കടല തിന്നു വയറു നിറച്ചു.

* അയ്യപ്പപ്പണിക്കർ

പിറ്റേന്ന് കടലച്ചാക്കിൽ കാഷ്ഠിച്ചുവെച്ചു. കുരുവിക്കുഞ്ഞുങ്ങൾ രാവിലെ കടലച്ചാക്കിൽ ഭക്ഷണത്തിനായി കയ്യിട്ടു. കുരുവിക്കു വല്ലാത്ത ദേഷ്യം വന്നു. ഒരുദിവസം അവൾ കാക്കയെ വിരുന്നിനു വിളിച്ചു. ഇരിക്കാനായി സൂത്രത്തിൽ ചുട്ടുപഴുത്ത ഒരു ഇരുമ്പുപലക വെച്ചു കൊടുത്തു. പൊള്ളിയ കാക്ക കാകാ എന്നു വിളിച്ച് പുറത്തേക്കു പറന്നു. (അലൻ ഡെന്റസ് തന്റെ ഫോക്‌ലോർ പഠനങ്ങളിൽ പലതായി വ്യാഖ്യാനിച്ചിട്ടുണ്ട് ഇക്കഥയെ) പിന്നെയെന്നും അതിന്റെ തുണ സ്വന്തം ഭാഷ മാത്രം, വാക്കും.

"ഇല്ല എനിക്കു പെരുപ്പിക്കേണ്ടല്ലോ നുണ
കാണുന്നതു പറയണം
അതിനെന്റെ ഭാഷ മതി"

(കാക്കത്തൊള്ളായിരം)

എങ്കിലും 'എവിടെയും സന്നിഹിതൻ, എവിടെയും ബഹിഷ്കൃതൻ' എന്ന കാക്കനിലയിൽ കവിത വിവേകിയും എതിർ/ഇടനിലയും മുൻകൈയുമാവുന്നു. 'ഒടിച്ചുമടക്കിയ ആകാശ'ത്തിൽ പക്ഷി ജീവിതത്തിലെ പല കാലവും പല മൊഴിയും പല നിലയുമാകുന്നതു നാം കാണുന്നു. ഓരോ പക്ഷിയിലുമുള്ള മയിലിനെ, മൃഗത്തെ, ഓരോ ജീവിതത്തിലെയും വാക്കിലെയും രണ്ടാംവരവാകുന്ന പക്ഷിയെ അവിടെ കവി എഴുതുന്നു.

"വാക്കിലവതരിക്കുമ്പോഴാണ്
മനുഷ്യർ പല പക്ഷികളാവുന്നത്
വാക്കിലറിയും സത്തയുടെ സ്വരൂപം."

വാഴ്‌വിന്റെ, അസ്തിത്വത്തിന്റെ ആകെത്തുകയാണ് ഓർമ്മയെങ്കിൽ

'ഓർമ
ഒരു വലിയ പക്ഷിസങ്കേതം"

എന്നാണ് കവിത സമാപിക്കുന്നത്.

അനുഭവവ്യംഗ്യം

'ഒടിച്ചുമടക്കിയ ആകാശ'ത്തിലെ വിപുലവിസ്തൃതിയുടെ അപരസ്ഥലിയാണ് 'പക്ഷി വേണ്ട'യിൽ നാം കാണുന്നത്. ആകാശമല്ല, ഇരുമ്പഴിക്കൂടാണ് ഇവിടെ പക്ഷിയിടം. പാട്ടിനു പകരം ഒരു മിടിപ്പുമാത്രം. ഋതുപ്രവചനത്തിൽ നിന്നും മിടിക്കുന്ന ഘടികാരനെഞ്ചിലേക്കു പക്ഷി പല ജന്മം പുറകോട്ടാവുന്നു ഇവിടെ. എങ്കിലും വ്യാഖ്യാനങ്ങളിൽ തടവും പറക്കലും ആഘോഷിക്കപ്പെടും. (70കളുടെയും മറ്റും ചരിത്രം, അവയുടെ മാധ്യമപ്രത്യക്ഷതകൾ അതു നമ്മോടു പറയുന്നു.)

അനുഭവത്തിലാവട്ടെ നേർക്കുനേരിൽ പക്ഷിവേണ്ട എന്നു തന്നെ കവി മനസ്സിലാക്കുന്നു.

"വേണ്ട
പക്ഷിയെ വേണ്ട
ഒരു തൂവൽ മതി
ഭൂമിയിൽ ആകാശത്തെ എഴുതാനും
ഇന്നിൽ നാളെയെ വരയ്ക്കാനും
ചൊറിയാനും
തൊപ്പിയിൽ ചൂടാനും.
തൂവലായാൽ അത്
കവിതയായും
ചിത്രമായും
പക്ഷിജന്മത്തിന്റെ
വ്യംഗ്യശബളമായ ചിഹ്നമായും
പാറിപ്പറക്കും
ഏതു പതാകയേക്കാളുമുയരത്തിൽ"

അനുഭവമോ ആവിഷ്ക്കാരമോ പ്രധാനമെന്ന പേശൽ മറ്റു പല കവിതകളിലുമെന്നപോലെ ഇതിലും മുഴങ്ങുന്നു. ചിഹ്നങ്ങളുടെ പുതിയ സാംസ്കാരികവിപണിയിൽ അനുഭവവും ആവിഷ്ക്കാരവും മുഖാമുഖം നിന്നു വിലപേശുന്നു. ആവിഷ്ക്കാരച്ഛമയങ്ങൾ അനുഭവത്തെ വെല്ലുന്നു. അനുഭവത്തിന്റെ മൗലികത, ജൈവികത എന്നിവയെ സംബന്ധിച്ച ഉന്നയിക്കൽ, ഉൽക്കണ്ഠ സ്വന്തം ഭാഷയും വാക്കും മാത്രം തുണയാക്കിയ കവിക്കു സ്വാഭാവികം.

"ആരുടെ നോട്ടമോ
നോക്കുകയാലേ ഞാ
നാരുടെ കാഴ്ചയോ കാണുന്നു
ആരുടെ ഭാഷയോ ചൊല്ലുന്നു
ആരുടെ ജ്ഞാനമോ
ജ്ഞാനിക്കയാലെനി
ക്കേതിന്റെ സാരവുമന്ധകാരം
ആരുടെ ചിന്തയോ
ചിന്തിക്കയാലെനി-
ക്കാരുമസഹ്യമാം ഭാരം
അപ്രാപ്യമാം ദൂരം" *(മൂങ്ങ)*

ഏറ്റവും സ്വകാര്യമായ പ്രേമത്തെ പോലും മൗലികതയെ കുറിച്ചുള്ള വേവലാതി തീണ്ടുന്നു.

"പോയവഴി
പുതുദൂരതരണമായ്

പിന്നെയും പോകലോ
കണ്ടമിഴി
പുതുപകൽത്തുളുമ്പലായ്
പിന്നെയും കാണലോ
കേട്ടകഥ
പുതുപൊരുൾമുഴക്കമായ്
പിന്നെയും കേൾക്കലോ
പെയ്തമഴ
പുതുസുഖനടനമായ്
പിന്നെയും പെയ്യലോ
പ്രേമമെന്നെന്തിനെ
നാം വിളിക്കുന്നു?"

(പ്രേമമെന്നെന്തിനെ നാം വിളിക്കുന്നു?)

"പഠനങ്ങളുണ്ടെങ്കിൽ
പാഠങ്ങൾ വേണ്ട സാർ" *(ദുരന്തം/ദുരാദി)*

എന്നിടത്തും വിപണിയാക്കപ്പെടുന്ന അനുഭവങ്ങളുടെ സാംസ്കാരികമൂലധനമാണ് കവി സൂചിപ്പിക്കുന്നത്.

വായനക്ക(ാരൻ)വി

എന്നാൽ, അനുഭവങ്ങൾക്കും ഭാഷയ്ക്കുമിടയിൽ കവി എവിടെ നിൽക്കും? ആധുനികതാവാദം മുന്നോട്ടു വെയ്ക്കുന്ന കവിസത്തയിൽ ഈ പ്രശ്നം പലപാടു കേറിയിറങ്ങുന്നുണ്ട്. ആധുനികതയുടെ ശിഷ്ടകാലത്ത് ചരിത്രത്തിൽ തന്റെ ഇടം, തന്റെ ഇടപെടൽ എന്നിവയെ വകയിരുത്തുക പല കവികളുടെയും ദൗത്യമായി കാണുന്നു. അനുഭവങ്ങളെ അക്കൗണ്ടബ്ൾ ആക്കുന്നതിൽ അവയുടെ മൂർത്തതയ്ക്ക് പങ്കുണ്ട്. ഭൗതികചരിത്രത്തിനും വളരെ പങ്കുണ്ട്. ഒരാൾ ഒരനുഭവം ഇങ്ങനെയന്നതു കവിതയിൽ സാക്ഷ്യപ്പെടുത്തൽ അതതു കാലത്തെ ഭാഷാമുദ്രണത്തിലൂടെ സാധിക്കുന്നു. അനുഭവങ്ങളുടെ, അസ്തിത്വത്തിന്റെ സ്ഥലകാലമുദ്രണത്തിന്റെ ആവിഷ്ക്കാരോപാധിയായി ഗദ്യം മാറുന്നത് ഇങ്ങനെയാവാം. പദ്യം സാധ്യതകളുടെ, ഭാവനയുടെ, അമൂർത്തതയുടേത്. കെ.ജി.എസ്സിന്റെ കാലത്തേക്കെത്തുമ്പോൾ ഗദ്യം കവിതയുടെ തഴപ്പായച്ചുരുളുകൾ നിവർത്തിയിടുന്നത് നാം കാണുന്നു. പദ്യകവിതയുടെ ആത്മസാക്ഷാൽക്കാരം മുന്നുപാധിയല്ല, ഇവിടെ. പക്ഷേ, ഈ പദ്യകാലത്തിന്റെ വായനക്കാരനാണ് ഇവിടെ വിചാരകനായ കവിയാവുന്നത്. കെ.ജി.എസ്സിൽ വായനക്കാരനും കവിയും ഇരട്ടകളായി ഇണങ്ങുന്നു. സംസ്കൃതചിത്തനും വായനാ/വാസനാ സമ്പന്നനുമായ കവി

ഇക്കാലത്തെ ആഖ്യാനസ്വരൂപമായി എല്ലാ കവിതകളിലും തന്നെ കാണാമെന്നിരിക്കലും കെ.ജി.എസ്സിലത് കൂടുതൽ തീവ്രമാണെന്നതാണ് സത്യം. രമണൻ, മരക്കുതിര, അയ്യപ്പപ്പണിക്കർക്ക്, ആർ. രാമചന്ദ്രന്, പ്രരോദനത്തിലെ കാക്ക, കരുണയിലെ കാക്ക, മനസ്സുതുഴഞ്ഞ്(സച്ചിദാനന്ദന്), മഴ സാധകൻ (സച്ചിക്ക്), കണം (അക്കിത്തത്തിന്) തുടങ്ങി അനേകം കവിതകളിലൊക്കെ ഭാവുകന്റെ ഈയൊരു നിഴൽ വീണുകിടക്കുന്നു. അതേസമയം (സമാനഹൃദയനെങ്കിലും) അതേ ഭാവുകനെ അഭിമുഖവിചാരണ ചെയ്യുന്ന ഒരാളും കവിയിൽ വർത്തിക്കുന്നു. സച്ചിദാനന്ദനെ കാലത്തിലും കവിതയിലും തിരയുന്ന 'മനസ്സുതുഴഞ്ഞി'ൽ നിന്ന് 'മഴ സാധകനി'ലേക്കെത്തുമ്പോൾ അതേ കവിയുടെ നൈതിക ജാഗ്രതയെയും സൗന്ദര്യശാസ്ത്രപരമായ പണിത്തരങ്ങളെയും ചേർത്തുവെച്ചു വായിക്കുന്നു. മലയാളഭാവുകതയുടെ ചരിത്രവൽക്കരണങ്ങളും പരസ്പരമുള്ള അഭിമുഖീകരണങ്ങളുമാണിവിടെ അടയാളപ്പെട്ടു കിടക്കുന്നത്.

'ആലപ്പുഴ-ചങ്ങനാശ്ശേരി ബോട്ട് യാത്രയിൽ' എന്ന കവിതയിൽ എഴുത്തും വായനയും അനുഭവവും ആവിഷ്ക്കാരവും പരസ്പരം കലങ്ങിമറിയുന്നതുകാണാം. മയക്കത്തിൽ കൈ വഴുതി വെള്ളത്തിലേക്കു വീണ നോവൽത്താളുകളിൽ നനവു കയറി വാക്യങ്ങൾ ഭയന്നിളകി, ഘടന ഉടഞ്ഞു പോകുന്നു.

> "എല്ലാറ്റിനും സ്ഥാനം തെറ്റി.
> കള്ളന്റെ വാക്ക്
> നേതാവിന്റെ നാവിൽ നിന്നായി.
> കാമുകന്റെ ചിരി
> കൊലയാളിയുടെ ചുണ്ടിലായി.
> കഥ കലങ്ങി."

നോവലിലെ മീൻ ഭാഷാവലയിൽ നിന്നൂർന്ന് പുഴമീനായി നീന്തിത്തുടിച്ചു. അതിന് പലതും ഓർമയില്ല, നാടും നാട്ടാരെയും വീരഗാഥകളെയും ഒക്കെ മറന്നു. 'മറവിക്കെതിർ മരുന്നാ'യി വിഴുങ്ങിയ മുദ്രമോതിരം പുറത്തെടുത്തു. നോക്കുമ്പോൾ അതിലെ നാടുവാഴിമുദ്രയാണു പ്രശ്നം.

"പുറത്തെടുക്കുമ്പോൾ
ഓർമ ഒരു നാടുവാഴിത്തരോഗം
മറവിയിലും കഷ്ടം"

എന്ന തിരിച്ചറിവാകുന്നു. സാംസ്കാരികമായ അധീശതയുടെ ബൃഹദ്പാഠങ്ങളെ ഒറ്റയടിക്കു തകർക്കുന്ന വിമർശനാത്മകത ഈ കവിതയിലുണ്ട്. ചെറുത്തുനിൽപ്പ് പാഠത്തിലല്ല, പാടത്തും പാതയിലുമാണെന്ന ലളിതപാഠവും!

മുമ്പു തന്നെ എഴുതിയ 'പല പോസിലുള്ള ഫോട്ടോകൾ' സാംസ്കാരികമൂലധനവിപണിയുടെ വിപൽക്കരമായ സൂചനകളെ വാചാലമായ നർമഭാവനയിലേക്ക് വിസ്തരിക്കുന്നു. 'പുറമേക്കു ലെനിനായും പൂജാമുറിയിൽ പൂന്താനമായും' പകർന്നാടുന്നവരുടെ പ്രതിഛായായാലോകത്ത് ഓർമകൾക്കു പ്രസക്തിയില്ല. അതതു സമയത്തെ 'ഒച്ചവിജയ'ങ്ങൾ... 'തത്ത്വചിന്തയുമായി ഞാനുലാത്തുമ്പോൾ' എന്ന കവിതയിലും ക്ലീഷേയായിത്തീർന്ന സാസ്കാരികഭാവനകൾ കവിയുടെ സ്വാസ്ഥ്യം തകർക്കുന്നു. കോളനീകൃതമായ സാംസ്കാരികസ്ഥലികളെ സംവാദകേന്ദ്രമാക്കുന്ന കവിതകൾ എന്നിവയെക്കുറിച്ചു സാമാന്യമായി പറയാം. 'കാക്കനാടനിൽ കമ്യൂനെ കണ്ടോ?' എന്ന കവിതയിൽ പ്രകടമായിത്തന്നെ നടത്തുന്ന സംവാദത്തിൽ അപകോളനീകരിക്കേണ്ട സാംസ്ക്കാരികകോയ്മകളെക്കുറിച്ചാണുള്ളത്.

സംസ്കാരവിമർശം

സംസ്കാരത്തോടും ചരിത്രത്തോടുമുള്ള സൂക്ഷ്മസംവേദനമെന്ന് കെ.ജി.എസ്സിന്റെ കവിതകളെ പൊതുവെ പറയാം. 90-കൾ വരെയുള്ള രാഷ്ട്രീയകാലാവസ്ഥകളിൽ ഏറെ ശ്രദ്ധിക്കപ്പെട്ട 'ബംഗാൾ' അത്തരത്തിലൊന്നാണ്. കവിത ചരിത്രമെന്ന കൂടുതൽ വിസ്തൃതവും പൊതുവുമായ ഒരിടത്തേക്കു നോക്കുന്നത് നാമതിൽ കാണുന്നു. അധികാരിവർഗത്തിന്റെ ഭയാശങ്കകൾ, ജനതയുടെ വിമോചനകാംക്ഷകൾ സർവ്വസംഹാരകമായ വിപണിവേഗങ്ങൾ ഒക്കെയും രാഷ്ട്രീയമായ ഒരു അടിപ്രതലമായി ഈ കവിതയെ നിർണയിച്ചിട്ടുണ്ട്. 70കൾ മുതല്ക്കാരംഭിക്കുന്ന സൂക്ഷ്മജനാധിപത്യകൂട്ടായ്മകളും പൗരാവകാശങ്ങളും എല്ലാം ഉൾച്ചേർന്ന ഭാവുകത്വത്തിന്റെ അഭിരുചി ഈ കവിതയിലെ രാഷ്ട്രീയഉദ്വിഗ്നതയുടെ നിലപാടുമായി ഇണങ്ങിച്ചേർന്ന് ആസന്നമായ പുതുവിപ്ലവത്തിന്റെ ഭാവനയെ വരച്ചെടുത്തു.

'ബംഗാളി'നോടു ചേർത്തുവെയ്ക്കാവുന്ന 'ആനന്ദനി'ലും വിപ്ലവത്തിന്റെ വിപര്യയങ്ങളുണ്ട്. ഹതാശമായ ഇന്ത്യൻ മനസ്സുണ്ട്. അധികാരത്തിന്റെ പുറംഘടനയെ അപനിർമ്മിക്കുന്ന ഇത്തരം കവിതകളിൽ നിന്നുള്ള വിടുതി 80-90കളിലെ കവിതകൾ നേടുന്നുണ്ട്. പുതിയ സമാഹാരങ്ങളിലേക്കു വരുമ്പോൾ അവ വൈകാരികജാഗ്രതയുടെയും സൂക്ഷ്മനോട്ടങ്ങളുടെയും തുടർക്കണ്ണികളായി മാറുന്നു. ഒരു ലൈൻമാന്റെ ഓർമക്കുറിപ്പുകൾ ഇപ്രകാരം വിപ്ലവത്തോറ്റങ്ങളോടുള്ള മാറിത്തീർന്ന സമീപനങ്ങളെ എഴുതുന്നു. അതിനാൽ വിപ്ലവപാത വെടിഞ്ഞ് ഗതികെട്ട് ലൈൻമാൻപണിക്കു വന്നയാളോടുള്ള സഹ

പാഠിയായ എ.ഇ.യുടെ പരിഹാസം ഒരു 'കോയ്മാളിത്ത'വും കൂടിയാണെന്നറിയാനയാൾക്കു കഴിയുന്നു. അതിനാൽത്തന്നെ എല്ലാക്കണ്ണിലും തുല്യവെളിച്ചമെത്തിക്കുന്നു എന്ന തോന്ന ലയാൾക്കില്ല. ഏതു പ്രതിരോധത്തിന്റെയും അണികളിൽ, നിരകളിൽ പുതിയ അടിമക്കണ്ണുകൾ തിരിച്ചറിയാനയാൾക്കു കഴിയുന്നതുമങ്ങനെ. 'മാവോ: മരിച്ചവർക്കു ബൈനോക്കുലർ വേണ്ട' എന്ന കവിതയിൽ ഇത്തരം തിരിച്ചറിവിന്റെ കാഴ്ച്ച കൾ പരമാവധി വിസ്തൃതിയിലും ആഴത്തിലുമാണ്. 'നാവടക്കി യാൽ നാടുവിടേണ്ടെന്ന നിയമം അനുസരിക്കുന്ന കുരുവികളും കുഞ്ഞുങ്ങളും' വരെ ആ ദൃശ്യപ്രതലത്തിലുണ്ട്.

പ്രബുദ്ധതയുടെ വഴിയിൽനിന്ന് അകന്നല്ലാതെതന്നെ, ബുദ്ധനെ പലപാടുനോക്കാനും കാണിക്കാനും കവി ഈ ഘട്ട ത്തിൽ ശ്രമിക്കുന്നു. 'ആർക്കു കേൾക്കാം ബുദ്ധൻ പാടുന്നത്?', 'ടിച്ച് ഞാത് ഹാഞ്ഞ്', 'കരുണയിലെ കാക്ക', 'ബുദ്ധബദൽ', 'ബുദ്ധക്കല', 'ബുദ്ധപ്പരുന്ത്' തുടങ്ങിയവയിലൊക്കെ ബുദ്ധൻ സ്പർശമായും അഭാവമായുമുണ്ട്.

'സൈനികന്റെ പ്രേമലേഖന'ത്തിലും 'വഴിയാധാര'ത്തിലും രാഷ്ട്രദേശീയതയുടെ പെരുമാറ്റസംഹിതകളെ ന്യൂനപക്ഷ മാനവികതയുടെ ഉരകല്ലിനാൽ ഉരച്ചുനോക്കുന്നു. പൗരനിസ്സ ഹായതയും രാഷ്ട്രബലിഷ്ഠതയും എതിർയുക്തികളാവുന്നു. ഗുജറാത്ത് തീരത്ത്, മാറ്റ്, പല ജോലിത്താളം, മുകളിൽനിന്നു വരുന്നത് തുടങ്ങിയ കവിതകളിലൊക്കെകാണാം ന്യൂനപക്ഷ ങ്ങളുടെ ഹിംസയ്ക്കെതിർമൊഴിയാവുന്ന ഭാവനയെ. മനുഷ്യ രുടെ ജീവനും ദൈവവും പിടയുന്നിടങ്ങളിൽ തുണയാകാൻ ആയുന്ന മൊഴി. ചിലനേരം മനുഷ്യനിലും അതിരുമാഞ്ഞ് വാഴ്‌വിന്റെ കണികതോറും പ്രകൃതിയുടെ ചരാചരഭേദ മില്ലാതെ പുഴയും മരവും മുളയുമൊക്കെയായി കവിത സ്വയ മെഴുതുന്നു. 'വൃക്ഷ'ത്തിലെ ആദിമകാല്പനികതയല്ല, അവ യിൽ. 'ലാലൂരെ മതിലകത്തി'ലെ പരിസ്ഥിതിമനുഷ്യാവകാശ ങ്ങൾക്കുമുപരിയാണവ. 'കൊച്ചിയിലെ വൃക്ഷങ്ങളു'ടെ ദീർഘ മായ സംസ്ക്കാരപാതകളിലല്ലവ. 'പേരാറ്റു തീരത്തൊരു ഫ്രഞ്ചു ചങ്ങാതിയുമൊത്ത്' കൂട്ടും കലയും പുഴയും കൂടി പ്പിണയുന്ന കവിത. പ്രകൃതിയുടെയും കലയുടെയും ജൈ വികതാളം, വളർച്ച വാക്കുകളിലേറിയത്. 'ചുമ്മാനിൽപ്പൊരു നിൽപ്പല്ല'യിൽ പച്ചയുടെ ഇച്ഛ 'ബോധപ്പുതുവെയിലാ'കുന്നതു നാം കാണുന്നു. ചുമ്മാ നില്പ് അതല്ല, മറിച്ചു മണ്ണിൽത്താഴ ലത്രെ. അതറിയലും പറയലുമത്രെ. 'മണൽക്കാലം' സൗഹൃദ ത്തിന്റെ കരകളിൽ പുഴ നിറയുന്നതും മെലിയുന്നതും കാണുന്നു, കാലത്തിനും ചരിത്രത്തിനും അനുരോധമായി വൈകാരികസംസ്കൃതിയുടെ ധാരയെ തിരയുന്നു.

ഞാൻ

ആത്മനിഷ്ഠതയെ കുറിച്ച് കെ.ജി.എസ് കവിതകൾക്ക് പ്രത്യേകിച്ചൊരു മുൻകരുതൽ എല്ലായ്പ്പോഴുമുണ്ട്. 'അവരവരിലേക്കിടറി വീഴാതെ', 'അഭിമുഖം', 'കണ്ണാടികൾ' 'ഞാൻ വാദി' എന്നീ കവിതകളിലതു തെളിമയിൽ കാണാം.

"ഏറ്റവും ഇഷ്ടം?
എന്നെത്തന്നെ
അതു കഴിഞ്ഞാൽ?
അത്
കഴിയുന്നില്ലല്ലോ." *(അഭിമുഖം)*

മരിച്ചുകഴിഞ്ഞ് ആത്മാക്കളുടെ ഇറങ്ങിനടപ്പുപോലും അവരവരെ കുറിച്ചുള്ള മേനികളും അഹന്തകളുമായി അവരവരിലേക്കിടറി വീഴുന്ന അവസ്ഥയും 'അവരവരിലേക്കിടറിവീഴാതെ' യിൽ വിവരിക്കുന്നു.

'കണ്ണാടികളിൽ' സ്വത്വത്തിന്റെ സ്വകാര്യപ്രതിബിംബങ്ങൾ മാറിയും മറിഞ്ഞും ആസ്വദിക്കുക മാത്രമാണ് എന്ന തിരിച്ചറിവുണ്ട്.

"തീരാറായി ജീവിതം
സ്വന്തം മുഖം കണ്ടുകണ്ട്
എന്ത് ചെയ്തു
സ്വന്തം മുഖം കാണലല്ലാതെ?
എന്ത് മാറി
കണ്ണാടികൾ മാറലല്ലാതെ?
എന്ത് നേടി
ഫ്രെയിം നിറഞ്ഞ
ഈ പ്രതിഛായയല്ലാതെ."

തന്നത്താനറിയായ്കയാണതിന്നു പ്രതിസന്ധിയെന്ന് 'കൊണ്ടതില്ലവർ പരസ്പരം' എന്ന കവിതയിൽ. 'ഒരു ശരീരത്തിലുമില്ലെടോ അതിനിണങ്ങുന്ന മനസ്സ്; മറിച്ചും'. ഈ പൊരുത്തമില്ലായ്മയുടെ പരമാവധി 'എന്താ ഡോക്ടർ എനിക്കിങ്ങനെ'യിലുമുണ്ട്. ആധുനികമനുഷ്യന്റെ ഭവശാസ്ത്രപരമായ ഉദ്വിഗ്നതകളെ അല്പം തമാശ കലർന്ന ഒരീണത്തിൽ ചൊല്ലിയാടുകയാണീ കവിത.

"എന്തു കാര്യം?
കവരത്തിയിലായിട്ടും
കടലിനോടും
ബംഗലൂരിലായിട്ടും
കന്നഡത്തോടും
ന്യൂജെഴ്സിയിലായിട്ടും

ബീഫിനോടും
ഹോങ്കോങ്ങിലായിട്ടും
സ്വത്തിനോടും
ചെറുപ്പമായിട്ടും
പെണ്ണിനോടും
സഹികെട്ടിട്ടും
സമരത്തോടും
മടുപ്പുമൂത്തിട്ടും
മരണത്തോടും
അകമേ എനിക്കൊരിണങ്ങായ്ക
എപ്പോഴും ബാക്കി;
എന്താ ഡോക്ടർ എനിക്കിങ്ങനെ?"

ഇതിനു നേർവിപരീതമായി 'ഞാൻ വാദി'യിൽ അകത്തും പുറത്തും ഞാൻ കലർന്നിരിക്കുന്ന, വാദിയും പ്രതിയും സാക്ഷിയും കക്ഷിയും ഞാനായിരിക്കുന്ന സന്ദർഭങ്ങളാണുള്ളത്. സ്വാനുഭവമല്ലാതെ സ്വത്വവും സത്യവുമില്ലെന്നാവാം ഇക്കവിത നീട്ടിപ്പറയുന്നത്.

ആഖ്യാനപ്പലമ

ഗദ്യമാണ് കെ.ജി.എസ്സിന്റെ ചോര, കവിത. ചോദ്യോത്തരഘടനയിൽ കുറേ കവിതകൾ ഉണ്ട്. അത് ആഖ്യാനപാരമ്പര്യത്തിലെ ഭാരതീയമായ ഒരു പിൻവിളിപോലെ കവി തോറ്റുന്നത്. ദൈനംദിനസംസാരങ്ങളുടെ പതിവു ചൊൽത്താളങ്ങളും അവയിൽ ഏറെ കലർന്നിരിക്കുന്നു. കലർപ്പിന്റെ കലയിൽ ഒരു കെ.ജി.എസ്വഴിതന്നെയുണ്ടെന്നു തോന്നും. ബഷീറിലും വിജയൻമാഷിലുമെന്നതുപോലെ. പക്ഷേ ജനപ്രിയമല്ലത്. മറവിമീൻ, ജന്മദീർഘം, ദിനരാത്രദീർഘം, ശ്രാദ്ധമുറ്റം, കോയ്മാളിത്തം, പിണക്കസുഖം, ചെരിനോട്ടക്കാക്കപ്പെകൽ, മൂന്നാമൾ, നാലാമൾ എന്നിങ്ങനെ അനേകം മൊഴിയിണക്കങ്ങൾ. ദീർഘഗദ്യാഖ്യാനത്തിന്റെ രൂപം കഥാത്മകം. അതു 'വിസ്മയവേലായുധനി'ലും 'ശിവരാമനി'ലുമുണ്ട്. ഏകഭാഷണമാണ് ശിവരാമൻ. അയ്യപ്പപ്പണിക്കരുടെ എഴുത്തിലെ തിമിർപ്പിനെ, കാർണിവെൽക്കലമ്പിനെ ഏകഭാഷണത്തിൽ തീർത്തെടുക്കുന്നു 'ശിവരാമൻ'. പഴയ സഹപാഠി ശിവരാമനെ കടമ്പനാട്ടു വെച്ചു കണ്ട അനുഭവം. അനന്തമൂർത്തിയുടെ 'സൂര്യാനകുദുരെ'യിലെ ഗ്രാമീണ'വിഡ്ഢി' വെങ്കിടിയല്ല ശിവരാമനെങ്കിലും ആഖ്യാതാവിൽ മൂർത്തിയെ കാണാം. വാക്കുകൾക്കകത്തു കേറിയിറങ്ങി വീട്ടമ്മയെപ്പോലെ പെരുമാറാനാണ് കെ.ജി.എസ്സിനിഷ്ടം. ചിലപ്പോൾ ചില വാക്കിനെ തേച്ചുരച്ചു കഴുകി മിനുക്കിയെടുക്കും. വാലിട്ടു കണ്ണെഴുതി മുഴുപ്പിച്ചും തെളിച്ചുമെടുക്കും.

പാത്രം കഴുകും പോലെ, പിള്ളേരെ കുളിപ്പിക്കുമ്പോലെ. പുതിയ കണക്കിൽ വാക്കുകളെ വെച്ചുമാറൽ പലപ്പോഴുമുണ്ട്. നാടോടിക്കഥ -> വീടോടിക്കഥ, കളിപ്പാട്ടം -> കാര്യപ്പാട്ടം, നാടോടിവിജ്ഞാനീയം->കാടോടിവിജ്ഞാനീയം എന്നിങ്ങനെ.

നോട്ടങ്ങളുടെ നേർഛേദം

കെ.ജി.എസ്സിന്റെ അകം കവിതകൾക്കകത്തൊക്കെ പുറം നോട്ടങ്ങൾ, തിരിച്ചും.

> 'അകപുറങ്ങൾ തന്നേറ്റവു
> മാകുലമാകുന്ന കലക്കമാകുന്നു ഞാൻ' *(അന്യാധീനം)*

എഴുപതുകളുടെ രാഷ്ട്രീയപ്രമേയം, അവയുടെ സാസ്കാരി കവിമർശനം, പ്രത്യയശാസ്ത്രവിചാരണ ഇവയെല്ലാം കലർന്നു കിടക്കുന്ന സൂക്ഷ്മസംവേദനം ഈ വാതിൽക്കാഴ്ചകളെ സുഗമമാക്കുന്നു. 'മെഴുക്കുപുരണ്ട ചാരുകസേര' വ്യക്തിപരമായി ഏറെയിഷ്ടം. മുണ്ട് ഏതു ദശകത്തിലെയും വിദ്യാർത്ഥികൾക്കു ഹരം. മുണ്ടും വെട്ടുവഴിയും സഖാവ് ബലരാമന്റെ കൊലയാളിയും പോലുള്ള അല്പം വാചാലമായ വരാന്തക്കവിതകളേക്കാൾ ഉൾത്തുടുപ്പേറും 'മെഴുക്കുപുരണ്ട ചാരുകസേര', 'ഉച്ച, കാറ്റ്, വഴിപോക്കൻ' തുടങ്ങിയവയ്ക്ക്. സൗഹൃദത്തിന്റെ കലങ്ങിമറിയലുകൾ, പ്രസ്ഥാനങ്ങളോടുള്ള വിശ്വാസഭംഗങ്ങൾ എന്നിങ്ങനെ അരണ്ട വെളിച്ചത്തിലെ ചില ഉറ്റുനോട്ടങ്ങൾ അവയിലുണ്ട്.

> "രണ്ടുപേർക്കിടയിലൊരു
> പുഴയുണ്ട്. നമ്മെ
> രണ്ടുപേരാക്കുന്ന ഭേദധാര..." *(മണൽക്കാലം)*

ഈ തിരിച്ചറിവിനകത്തും മമതയുടെ കുളിർച്ചുഴികൾ മുട്ടറ്റമെങ്കിലും വന്നു തൊട്ടുനിൽക്കുന്നുണ്ട്. എങ്കിലും പൂർവ്വസുഹൃത്തി(ഹാ! അയാളില്ലാതെ എന്തു വിപ്ലവസ്മരണ?! ആത്മചരിത്രമുദ്ര?!)ന്റെ 'ലോകപരിഹാസമൂർച്ഛ'യോടും 'സുഖവേഷധാരിയാം തോൽവി'രൂപത്തോടുമുള്ള കവിയുടെ പ്രതിരോധക്കലിപ്പ് നാവിൽ കെട്ടിക്കിടന്നുണ്ടായ തെറിപ്പൊള്ളൽ പൊറുക്കാനതിനു കഴിഞ്ഞുവോ?

'മധുരം കുറഞ്ഞ, മകിണ്ട'തായ ഓർമമുറ്റത്താണ് മെഴുക്കുപുരണ്ട ചാരുകസേരയിലെ സുഹൃത്തുക്കളും. ഇണക്കദുഃഖത്തിനു മുമ്പേ തന്നെ ഒരു പിണക്കസുഖം പിന്നിട്ടിരിക്കുന്നു. അകത്തേക്കകത്തേക്കു തുരന്നു നീളുന്ന വിചാരവിമർശനധാര. രാഗദ്വേഷങ്ങളുടെ മോണോലോഗ്. ഡയലോഗിൽ നിന്നു മോണോലോഗിലേക്കും പിന്നെ മൗനത്തിലേക്കും നേർത്തു

നേർത്തുവന്ന് നീളുന്ന ആഖ്യാനധാര. രാഷ്ട്രീയമായ ആധ്യാത്മികതയെ, മനുഷ്യാവസ്ഥയെ സംബന്ധിച്ച ഉന്നയിക്കലുമായതു വികസിച്ചു പരക്കുന്നു. പിന്നെപ്പിന്നെ ഒടുവിലായി ഭയാക്ലാന്തമായ ചുരുങ്ങലും മുഴങ്ങുന്ന കിതപ്പുമായിത്തീരുന്നു. സുഹൃത്തിനെ കാണാൻ വരുമ്പോൾ അയാളില്ല. വരും വരെ കാഴ്ചബംഗ്ലാവു സന്ദർശനം. കാഴ്ചബംഗ്ലാവ് എന്ന ആധുനിക നിർമ്മിതസ്ഥലിയിലേക്ക് അഴികളിലൂടെ പടരുന്ന നോട്ടങ്ങൾ നാം കാണുന്നു. കവിതയുടെ തുടക്കത്തിൽ സുഹൃത്തിന്റെ വീട്ടിലെ ജനാലയഴികൾക്കപ്പുറത്തെ ചാരുകസേരയിലേക്കു കവി നോക്കുന്ന നോട്ടത്തേക്കാൾ വിഹ്വലവും അന്യവൽകൃതവുമാണത്.

“അതേ തുറന്ന ചെറുജാലക, മതിനടു
ത്തണ്ണാർക്കണ്ണൻ വരയണി-
ഞ്ഞതേ ചാരുകസേര തൻ വിളി.
മെഴുമെഴെ മെഴുക്കടി-
ഞ്ഞ വീട്ടിക്കാതലൊക്കെയും മറ-
ഞ്ഞീ നിമിഷമീ ജനലഴികളിലൂടെ
വിരലെത്തുമത്രയുമടുത്തെങ്കിലും
എത്രയോ
മലിനചമയങ്ങൾക്കകലെയാ-
ണതിൽ പാറിനിരുപ്പതിൻ ലാഘവം ”

(മെഴുക്കു പുരണ്ട ചാരുകസേര)

ഒരേ സംസ്കൃതിക്കകത്തു തന്നെയെങ്കിലും പരസ്പരമുള്ള അകലത്തിന്റെ രാഗദ്വേഷമാണതിൽ. എന്നാൽ കാഴ്ചബംഗ്ലാവിലെ നോട്ടം സംസ്കാരവലയത്തിനു പുറത്തുനിൽക്കുന്ന ഒരിടത്തേക്കാണ്. നോട്ടം കൊണ്ട്, വിചാരം കൊണ്ട് ആഖ്യാതാവ് സംസ്കൃതിയുടെ ഉടയാടത്തൂവലുകൾ ഒന്നൊന്നായി കൊഴിച്ചുകളയുന്നു. മൃഗശാലയിൽ ആദ്യമനുഭവപ്പെടുന്ന അപരഭാവത്തിന്റെ ആധികാരികതയുടെ തിരി പതുക്കെ താഴ്ന്നുവരുന്നു. കാഴ്ചയും കാഴ്ചക്കാരനും ഒന്നായി മാറും മട്ടിൽ മൗനത്തിന്റെ ഒരു ഇരുൾ ചൂഴ്ന്നു നിൽക്കുന്നു. വിചാരഭാഷണത്തിനും ഏകഭാഷണത്തിനുമിടയില്ലാത്ത ഏകാന്തതീവ്രമായ മൗനം മൃഗ/മനുഷ്യ/പ്രകൃതിഭേദങ്ങളെ മായ്ച്ചുകൊണ്ട് ഒരു നിശ്ശബ്ദവിചാരണ നടത്തുന്നു. മനുഷ്യാനന്തരതയുടെ (post-human) തൊടുത്തുവെയ്ക്കലായി ഈ നിമിഷത്തെ കവിയെഴുതുന്നു:

“അവിടെയൊരാദിമ മഹാമൃഗം പോലെ
കിതയ്ക്കുമേകാന്തത”യെന്ന്!

വീടെത്തൽ വിപ്ലവം

വഴിയാത്രാത്തിരിവുകളിലെ തിരിച്ചറിവിന്റെ ആലോചന കളിലാണ് 'ഉച്ച, കാറ്റ് വഴിപോക്കൻ' പോലുള്ള കവിതകളെ കവി മുളപ്പിച്ചെടുക്കുന്നത്. 'ലോകചരിത്രഭ്രമം' അടിസ്ഥാന പരമായ ഒരു ബോധവെളിച്ചമായി കൂടെയുണ്ട്; ഉറക്കത്തിലും സ്വപ്നത്തിലും രാത്രിയിലും. എങ്കിലും നീതിയുടെ ഉച്ചാരണം കലങ്ങുന്നതും ഏതു നാവിലും നീതിപ്പൊരുൾ വൈകുന്നതും കവി അറിയുന്നു. മധ്യവർഗത്തിന്റെ അനിവാര്യമായ ബലഹീ നതകൾ ഒപ്പിയെടുക്കുന്ന ഒപ്പുകടലാസുകളായി കവിതയിവിടെ പ്രവർത്തിക്കുന്നു. ഉന്നയിക്കലും സന്ധിയും ഒരേ ചരിത്രത്തിൽ കവി കോർത്തെടുക്കുന്നു.

> "പൊറോട്ടയ്ക്കോ ബസ്സുകൂലിക്കോ
> പഴയ സഖാവ് കാശുചോദിക്കുമ്പോൾ
> കാണാമായിരുന്നു ആർക്കും
> സൗഹൃദത്തിന്റെ പുതിയ ഭൂതകാലത്തിൽ
> പടരുന്ന വിള്ളൽ..."

എഴുപതുകളുടെ അകത്തും പുറത്തുമായി, അനുഭൂതിയും വിചാരവുമായി ഭാവുകത്വവും വിമർശനവുമായി കവിത മാറുന്നതിങ്ങനെയെല്ലാമാണ്. വിമോചനം ഒരു വ്യവസ്ഥയാവു ന്നതിനെ ഒന്നു ചിരിച്ചല്ലാതെ എഴുതില്ല കവി.

> "സുഖാവേ
> നീ വെറും ലിംഗംമാത്രം
> വെറും ഉപകരണം
> സുഖിക്കുന്ന തല
> ഒളിതൃഷ്ണയിലിരിക്കുന്നു
> വല്യമൊതലാളീടെ കഴുത്തില്..." *(സുഖാവ്)*

പൊലിസ് പിടിയിലായ വിപ്ലവകാരിയുടെ മനസ്സുതുറക്കലും മാധ്യമസ്വീകരണവും 'ബൾബിൻ ചോട്ടിൽ'കാണാം.

> "റോസി പൊക്കോ.
> സ്വീകരണങ്ങൾ കഴിഞ്ഞാൽ
> അവനിങ്ങുവരും
> വീടെത്തൽ വിപ്ലവം തുടങ്ങി." *(ബൾബിൻചോട്ടിൽ)*

'പർവ്വതങ്ങളെ നീക്കം ചെയ്യാൻ മോഹിച്ച നാടൻ വൃദ്ധൻ' കവിയുടെ മൂല്യസന്ദിഗ്ദ്ധതകളെ പേറുന്നു. എഴുപതുകളിലെ രാഷ്ട്രീയമുദ്രയായി കൊണ്ടാടപ്പെട്ട രൂപകമായി പർവതങ്ങളെ നീക്കം ചെയ്യാൻ ആഗ്രഹിച്ച വൃദ്ധൻ മലയാളത്തിലുണ്ട്. 'മലതുരക്കലി'(വൈലോപ്പിള്ളി)ന്റെ പ്രകാശഭാവനയും മലയാളത്തിലുണ്ട്. വേഷത്തിലും ഭാഷയിലും ന്യൂജെൻ ജന

പ്രിയാംശങ്ങളെ പേറുന്നു, ഇക്കവിത. എൻ.എൻ. പിള്ളയുടെ അഞ്ഞൂറാനും (ആൺമാത്രമണ്ഡലങ്ങളുടെ ഐക്കൺ) ശ്രീനിവാസന്റെ സൂപ്പർസ്റ്റാർ സരോജ്കുമാറും (തത്ത്വദീക്ഷകളില്ലാത്ത സംസ്കാരവിപണിയുടെ മുദ്ര) സംവാദങ്ങളിൽ പകർന്നാടുന്നു, അപ്പനും മക്കളുമായി. 'വന്മതിലിന്റെ മാവോ ഭാവന'യെ, 'നിരപ്പിന്റെ അർത്ഥങ്ങളെ'യെല്ലാം ഒറ്റയടിക്കു തള്ളിക്കളഞ്ഞ് അപ്പനെ അമേരിക്കയിലേക്കോ ആസ്ട്രേലിയയിലേക്കോ കൊണ്ടുപോകാൻ ശ്രമിക്കുന്നു മകൻ.

> 'ഭാവനേം കിനാവിനേമൊന്നുമാരും
> നമ്പാറില്ലപ്പാ ഇപ്പോ...'

ജനപ്രിയകലയുടെ ചിഹ്നങ്ങൾ കൊണ്ടുണ്ടാക്കിയ ചിരിക്കണ്ണാടികളായി വർത്തമാനകാലവായാടിത്തം വിപ്ലവത്തെ ഫ്രെയിം ചെയ്ത് ഒതുക്കുന്നതിന്റെ വിപര്യയം കണ്ടെടുക്കുന്നത് സാംസ്കാരികമായ ഒരു ബാലൻസിലൂടെയാണ്. നിരന്തരമായ സ്വയംവിമർശനാത്മകതയിൽ നിന്നുദിക്കുന്ന കൈവിട്ട കളി... വിശുദ്ധിയുടെ കാതലിനെ കലർപ്പിന്റെ ആഖ്യാനപ്പലമകളിലേക്ക് വിന്യസിക്കുന്ന കലയുടെ ധീരമായ ചുവടുകൾ... അത് എൻ.അജയകുമാർ നിരീക്ഷിക്കുന്നതു (അന്ധർ അന്ധരോ എല്ലാം കണ്ടെന്നു ഭാവിക്കും നമ്മളോ?)പോലെ ഉത്തരാധുനികലീലയല്ലതന്നെ! ഒരു വെളിച്ചവും എല്ലാം കാണിക്കില്ലെന്നും ഓരോ കണ്ണിനും പ്രിയം ഓരോ വെളിച്ചം എന്നെല്ലാമുള്ള പരിണതപ്രജ്ഞ കവിക്കുണ്ട്. 'ചിലർക്കു പ്രിയം കണ്ടവ വീണ്ടും കാണൽ കണ്ടുകണ്ടകലാൻ' എന്നും കവിയറിയുന്നു (ഒരു ലൈൻമാന്റെ ഓർമക്കുറിപ്പുകൾ).

രാഷ്ട്രീയകവിതകൾക്കകത്തു ചാലിട്ടു നിൽക്കുന്ന മറ്റൊരു ഗുപ്തഘടന (വിചിത്രമല്ലത്) ആൺലൈംഗികതയുടേതാണ്. സംതൃപ്തമായ രതിയുടെ സഫലമായ വിമോചനത്തിന്റെയും അസാധ്യതകളെ ഒന്നിച്ചിണക്കുന്ന കൽപ്പനകൾ ഏറെയുണ്ട് കെ.ജി.എസ്സിൽ. കുടുംബത്തിനു ചേരാത്ത രണ്ടു ഘടകങ്ങളെന്ന നിരൂപണം അവയിലുണ്ട്?

> "ചരിത്രം ഒരു ശിഥിലാഖ്യാനമോ?
> പ്രേമമില്ലായ്മയും
> പ്രലോഭനവും കെട്ടുപിണഞ്ഞ
> ഒരപൂർണ്ണരതിയോ?" *(ബൾബിൻ ചോട്ടിൽ)*

സഖാവ് ബലരാമനെ ഒളിഞ്ഞിരുന്നു കുത്തിയതിനു ശേഷം.

> "പിന്നെ വന്ന മഴയിൽ
> മിന്നുന്നതായി കഠാര

ആരുടെ വിരൽപ്പാടുമില്ല
ചോര പുരണ്ടിട്ടേയില്ല
വേദഭേദങ്ങൾക്കിടയിൽ
വിടന്റെ ലിംഗം പോലെ
പരതിക്കൊണ്ടേയിയിരുന്നു അത്
പുതിയ ഉടൽ..."

(സഖാവ് ബലരാമന്റെ കൊലയാളി)

"സുഖാവേ
നീ വെറും ലിംഗംമാത്രം
വെറും ഉപകരണം
സുഖിക്കുന്ന തല
ഒളിതൃഷ്ണയിലിരിക്കുന്നു
വല്യമൊതലാളീടെ കഴുത്തേല്.
നിന്നെ പ്രലോഭിപ്പിച്ച്
ക്ഷോഭിപ്പിച്ച്
ചലിപ്പിച്ച് ചലിപ്പിച്ചാനന്ദിച്ച്
മദിച്ച്
നിന്റെ ചുണ്ടലിൽ
അവന്റെ ഹാ ഹാ ഹാ
അശ്ലീല ജയമൂർച്ഛ" *(സുഖാവ്)*

രാഷ്ട്രീയകവിതകളെന്നാണ് പൊതുവെ നിരൂപണത്തിൽ കെ.ജി.എസ്സിന്റെ അടയാളപ്പെടുത്തൽ. പരിമിതവും അടിസ്ഥാനപരവുമായ അർത്ഥത്തിലുള്ള സാമൂഹികവിമർശനധർമത്തിൽനിന്നു വ്യത്യസ്തമായി സങ്കീർണമായ സ്വത്വമണ്ഡലങ്ങളും പ്രത്യയശാസ്ത്രവിപര്യയങ്ങളും കവിതയിലേക്കു കടന്നു കയറുന്നതുവഴി ഏറ്റവും കൂർത്ത അധികാരവിമർശനവേദിയായി കവിത മാറുന്നത് നാമിവിടെ കാണുന്നു.

പെൺവഴികൾ

നവസാമൂഹികപ്രസ്ഥാനങ്ങളുടെ ജനാധിപത്യവിചാരങ്ങളിൽ തെളിഞ്ഞും ഒളിഞ്ഞും പ്രസരിക്കുന്ന ലിംഗനീതിയുടെ രാഷ്ട്രീയം സാംസ്കാരികമാനങ്ങൾ തേടുന്നു കെ.ജി.എസ്സിൽ. 'പെൺവഴികൾ' എന്ന സമാഹാരത്തിൽ ഈ ദിശകളുടെ തൊടുകുറികൾ കാണാം. സ്ത്രീജീവിതത്തിന്റെ പരിഗണനകൾ ലീനധ്വനികളാണ് കെ.ജി.എസ്സിൽ. കിണറിന്റെ വൃത്തത്തിലും ആഴത്തിലുമുള്ള വാഴ്വിനെ സ്ത്രൈണതയിലേക്ക് സമീകരിക്കുന്നു കവി.

“കിണർ ഒരൊറ്റത്തടിവൃക്ഷം
പുറത്തേക്കു വീശുന്ന തിരമാലകളില്ല
ദൂരേക്കു നീളുന്ന പ്രവാഹങ്ങളില്ല
സ്വാതന്ത്ര്യത്തിന്റെ ചിറകും
വേഗവുമില്ല
വേലിയേറ്റങ്ങളും ഇറക്കങ്ങളുമെല്ലാം
ഉള്ളിലടക്കുന്ന
ഒരു പഴയ വീട്ടമ്മ” *(കിണർ)*

ഉള്ളിലേക്ക് അടയ്ക്കുകയും അടയ്ക്കപ്പെടുകയും ചെയ്യുന്നതിൽ വരുന്ന കർതൃത്വനഷ്ടങ്ങൾ ‘തിരസ്കാര’ത്തിലുമുണ്ട്. പക്വത വന്നിട്ടേ പറക്കാവൂ എന്ന മഹർഷിയുടെ ഉപദേശത്തെ തിരസ്കരിച്ച കാക്ക പുറം ലോകത്തേക്കു പറന്നു ‘ഭൂമിയിലും ആകാശത്തിലും അതിനു വഴികൾ അവസാനിച്ചില്ല.’ മഹർഷിയുടെ ഉപദേശം കൈക്കൊണ്ട കോഴിയാകട്ടെ, വരിക്കപ്ലാവിന്റെ തണലിൽ ചന്തം ചാർത്തി വീടിന്റെ വ്യാകരണത്തിൽ ഒതുങ്ങി. പഠിച്ച് പക്വത നേടിയവർ അവളുടെ ചന്തങ്ങളഴിച്ചെറിഞ്ഞു തിന്നു. പെണ്ണിന്റെ പൗരത്വനിരാസത്തെ ഗാർഹികതയുമായി ചേർത്തു വായിച്ചെടുക്കുന്ന സമീപനമാണ് ഈ കവിതകളിൽ.

‘തിരസ്കാരത്തിന്റെ തുടർച്ചയെന്നവണ്ണം’ ഉള്ളിന്റെയുള്ളിൽ എന്ന കവിതയെ വായിക്കാമെന്നു കെ.ജി.എസ്സ്. (കവിമതം ആനന്ദാനുഭൂതിയോ?) പുരുഷാധിപത്യക്രമത്തിൽ വീടിനകത്തൊതുങ്ങി കാമനകളടക്കി ‘വളയെണ്ണിയും വനിത വായിച്ചും സ്റ്റാർടിവി കണ്ടും ജന്മം തുലക്കുന്ന’ സ്ത്രീജന്മത്തെ കവി വരയ്ക്കുന്നു. ഇരയുടെ, വിധേയിയുടെ സ്വാസ്ഥ്യം, അഭയം അതിന്റെ തടവുതന്നെയായി മാറുന്നതിലെ ‘സ്വാഭാവികത’ കവിതയിൽ തെളിയുന്നു.

“ഇരയറിയില്ല
ഇരയാവുന്നത്” എന്നും

“എത്രമനോഹരമേ രസിച്ചു കൊഴു-
ത്തെല്ലാം മറന്നൊ-
രിരയാകൽ”

എന്നും ‘ബുദ്ധപ്പരുന്തി’ൽ എഴുതുന്നു.

‘കേശായന’ത്തിലും ‘പുരുഷപ്രബന്ധ’ത്തിലും രാമായണ സീതയുടെ ഭൂമിയിലേക്കുള്ള അന്തർധാനത്തിനൊടുവിൽ തടയുന്ന മുടിയിഴകൾ കടന്നുവരുന്നു. നീതിയുടെയും അനീതിയുടെയും നിയമസംഹിതകൾ ചമയ്ക്കുന്നതും തകർക്കുന്നതും പുരുഷനാകുന്നു. സ്ത്രീ/സീത അതിനു ഒരു

ഉപാധി മാത്രമാകുന്നു. 'രണ്ടാൾ'ൽ മുടി സ്ത്രീയുടെ സ്വാത ന്ത്ര്യവും തടവും കാമനയും വിരക്തിയുമാകുന്നു. വിമോചനം തക്കസമയത്തെ ഒരു സ്വയം തീർച്ചപ്പെടൽ കൂടിയാണെന്ന വെളിവിനെക്കൂടിയത് എഴുതുന്നു.

"മുറിക്കണെന്നുണ്ട്,
മുറിക്കണ്ടാന്നുമുണ്ട്;
കൈയെത്തുന്നില്ലെനിക്കാ കത്രികയിലേക്ക്
ബോധ്യം വരുമ്പോൾ
ഒന്നിനുമില്ല മൂർച്ച" *(രണ്ടാൾ)*

'കുടവയർ സംവാദം' കൂടുതൽ സൂക്ഷ്മസംവേദിനിയാണ്. അഴകളവുകളിൽ ഒരുക്കിയൊതുക്കുന്ന സ്ത്രീയുടെ കർതൃ ത്വത്തെ കവി നിരീക്ഷിക്കുന്നു. ഒപ്പം ഉടലോ മനസ്സോ സ്ത്രീ യിൽ വായിക്കപ്പെടുന്നതെന്നു പഴയതെങ്കിലും മുഴങ്ങുന്ന ചോദ്യവും ഉയരുന്നു.

"മെലിഞ്ഞവരുടെ നടപ്പ്, നിൽപ്പ്, നോട്ടം,
വാക്ക്, ചിരി എല്ലാം മനസ്സിന്റെ
തടിച്ചവരുടെയെല്ലാം തടിയുടെ
തടിമൂടും മനസ്സിനെ; തനതുണ്മയെ"

എന്നു തെളിച്ചെഴുതുന്നു.

"പക്ഷേ, നീയൊരു കുടവയറൻ
കാമുകനാണല്ലോ, അതോ?
അതിനു ഞാനൊരാണല്ലേ ഡാ?"

എന്നു കവിത അവസാനിക്കുന്നു.

വിധാതാവായ പുരുഷനും വിധേയിയും കീഴാളയുമായ സ്ത്രീയുമാണിവിടെ വരുന്നത്.

'ഒറ്റയ്ക്കൊരുവൾ, ഇരുട്ടിൽ, ഓട്ടോയിൽ' എന്ന കവിത രാത്രി പൊതു(?)വിടത്തിൽ ഒറ്റപ്പെട്ടുപോയ സ്ത്രീയുടെ സംഭ്രമവി ഹ്വലതകളെയും ഓട്ടോഡ്രൈവറുടെ വഴുക്കുന്ന വാചാലത യെയും സമാന്തരമായെഴുതുന്നു. 'കണ്ണ് നിറയെ'യിൽ ഇതേ വേവലാതി പുരുഷന്റേതുമാവുന്നു. ഏതു വിമോചനത്തിടു ക്കവും അതിനും മേലെയല്ല തന്നെ.

"വീട്ടിലെത്താൻ വൈകുന്ന മോളാണിന്ന്
വിളക്കെല്ലാം കത്തുന്ന കണ്ണ് നിറയെ
വിളക്കെല്ലാം കെടുന്ന കണ്ണ് നിറയെ
അവളാണിന്നെനിക്ക്
വിമോചനചരിത്രം"

'വെവ്വേറെ ഉണരുന്ന അവയവങ്ങൾ' അരക്ഷിതമാവുന്ന പെൺ ജീവിതങ്ങളെക്കുറിച്ച്, പെൺകൊലകളെക്കുറിച്ച്, പലജന്മം ദൂരെയാവുന്ന നീതിയെക്കുറിച്ചുതന്നെയെഴുതുന്നു.

"സ്വദേശമുണ്ടോ
ബലാൽസംഗത്തിനും കൊലയ്ക്കും?"

കോയ്മയുടെ പ്രയോഗങ്ങളെ ലിംഗഭേദത്തിന്റെ സമസ്ത മണ്ഡലങ്ങളിലും അതിന്റെ ദൈനംദിനസംസ്കാരവിന്യാസ ങ്ങളിലും ഒക്കെ തിരിച്ചറിയുന്നുണ്ട്, ഈ കവിതകൾ.

പ്രണയം

പ്രണയകവിതകളിൽ വൈലോപ്പിള്ളിയുടെ പുതുതുടർച്ച യാണ് കെ.ജി.എസ്. മുള്ളില്ലാത്ത പൂച്ചെടിയില്ല ഈ തോട്ട ത്തിലും. വഴി അറിഞ്ഞും ആരാഞ്ഞും എത്തിച്ചേരുന്നിടം പ്രേമം. 'പ്രേമമെന്നെന്തിനെ നാം വിളിക്കുന്നു' എന്നത് കെ.ജി.എസ്സിന്റെ മുഴുവൻ പ്രണയകവിതകളുടെയും തലക്കെട്ടാണ്. പ്രണയം ജ്ഞാനമോ സത്യമോ മോക്ഷമോ കിനാവോ ശാപമോ?

"ഇരുവർ നാം
ഇരുകൺകൾ പോലൊരേ
കാഴ്ചകാണുന്നതോ പ്രേമം"

(പ്രേമമെന്നെന്തിനെ...)

എന്നാൽ ദൈനംദിനജീവിതത്തിന്റെ പ്രായോഗികതകൾ ക്കകത്ത് ഒരേ കാഴ്ചകാണലിന്റെ കാല്പനികത ധ്യാനാത്മ കത സാധ്യമോ എന്നു കവിക്കു തന്നെ സംശയം.

ഏതു വീട്ടിലും ആരും കാണാത്ത പ്രേമത്തിന്റെ മഴവില്ലു ള്ളത് ആണോ പെണ്ണോ കണ്ടില്ല, കവിമാത്രം ആ മഴവില്ലിനെ തൊട്ടറിഞ്ഞു('ഏതു വീട്ടിലും')

'രണ്ടാൾ' പറയുന്നതും അതേ വിചാരം തന്നെ.

"ആ മുടിയിഴ ചിന്തയിൽ
അത് കാണിക്കുകയല്ലേ
നമ്മുടെ പാറയിലെ വിള്ളൽ?
ഒന്നെന്ന് ഭാവിക്കും രണ്ടിന്റെ കരിഞ്ചിരി?
രണ്ടായ് വന്ന്,
ഒന്നായൊഴുകി,
പലതായ് പിരിയും പ്രണയവര?"

പ്രണയത്തിനകത്തെ, സ്ത്രീപുരുഷബന്ധങ്ങൾക്കെല്ലാ മകത്തെ സൂക്ഷ്മജനാധിപത്യത്തെ ഒന്നാരായുകയാണ് 'സമത്വാബാദി'ൽ...

"സ്നേഹമതു സഹിക്കി
ല്ലൊപ്പമാകൽ, തിരക്കി-
ട്ടൊരു ചുവട് മുന്നിലേ
ക്കാഞ്ഞുവെയ്ക്കും സഖാവീ
വിപ്ലവയാത്രയിൽ സഖീ, നീ
ഒപ്പമെത്തിയെന്നായാൽ..." *(സമത്വാബാദ്)*

പുതുകാലപ്രണയവഴികളിൽ കവി ചിരിനോട്ടം പായിക്കുന്നത് 'രമണയാമം കഴിഞ്ഞ്', 'ത്രിമാനലോകത്തിനപ്പുറം', 'പ്രേമ സംരക്ഷണസമിതിയുടെ സെമിനാർ' തുടങ്ങിയ കവിതകളിൽ കാണാം. ഓർമകളും സ്വപ്നങ്ങളുമില്ലാത്ത ഉടലിന്റെ ഉത്സവാ ഘോഷമാകുന്ന പ്രണയത്തെ തോറ്റുന്ന നാഗരിക സ്ത്രീ/ പുരുഷബന്ധങ്ങളിൽ ഇന്നലെകളില്ല, നാളെയുമില്ല. ഇന്നു മാത്രം; അല്ല സ്കൂൾ വിട്ട് മക്കളെത്തുന്ന വൈകുന്നേരം വരെ മാത്രം.

പ്രണയത്തിന്റെ ആശയലോകത്തു മാത്രം അഭിരമിച്ച് ജീവിത ത്തിൽ കരിയറിസത്തിന്റെ കോണിപ്പടികളിൽ കുതിച്ചുനീങ്ങു ന്നവരെ 'ത്രിമാനലോകത്തിനപ്പുറ'ത്തിൽ കാണാം. യഥാർത്ഥ പ്രണയം എല്ലാ ചർച്ചകൾക്കുമപ്പുറം ഉദിക്കുകയും അസ് തമിക്കുകയും ചെയ്യുകയത്രേ. മുഗ്ദ്ധതകളെ മൂടിപ്പൊതിഞ്ഞെ ടുക്കുന്ന ആദ്യപ്രണയത്തെ അനുഭൂതിയായിത്തന്നെയെഴു തുന്നു കവി.

"അതികാലത്തെ
ആദ്യനടപ്പുകാരന്റെ മുന്നിലെ
പട്ടണറോഡുകൾ പോലെ
നാട്ടുമണങ്ങളുടെ
ആ കൗമാരവരമ്പുകൾ" *(ആദ്യപ്രേമം)*

ഏതിരുട്ടും പിന്നെപ്പിന്നെ തെളിയിച്ചെടുക്കുന്ന വഴി പോലെ, മുടിവകഞ്ഞിടുമ്പോൾ കാണുന്ന തലവഴിത്താര പോലെ പ്രണ യത്തിന്റെ തിരിവെട്ടം അണയാതെയുണ്ട്(പോംവഴി). കാരണം,

"പെണ്ണിന്റെ ഓർമ്മയിലെങ്കിൽ ആൺപക്ഷി
ആണിന്റെ മോഹത്തിലെങ്കിൽ പെൺപക്ഷി
ആണും പെണ്ണും കൂടുതൽ തോന്നിക്കും
ഓർമ്മയിലും മോഹത്തിലും
പരസ്യത്തിലും" *(കൂടുതൽ നിഴൽ)*

അധിക(surplus)മൂല്യംഎന്ന ഫ്യൂഡൽസാധ്യതയിലാണ് പ്രണയവും മോഹവും പ്രവർത്തിക്കുന്നത്.

ജീവിതത്തിന്റെ മൂല്യങ്ങൾ, വെറും ചട്ടക്കൂടുകളാവുമ്പോൾ അസാധ്യമാകുന്ന പ്രണയത്തിന് മരണശേഷം വിലക്കുകളില്ലാത്ത സ്വാതന്ത്ര്യമരുളുന്നത് 'കടലിലെത്തിയാൽ പുഴ പേരുപേക്ഷിക്കും' എന്ന രചന പറയുന്നു.

"ഇനിവേണ്ട
അനുരാഗത്തിന്റെ അടക്കം
അതിരുകൾക്കുള്ളിലെ ഒതുക്കം
സന്ന്യാസത്തിലെ പുഴുക്കം
ദുഃഖങ്ങളോടിണക്കം"

മരണമാണിവിടെ സാധ്യത. കല്ലഹല്യയിലും മരണത്തിൽ പ്രണയം തീവ്രമാകുന്നു.

"ഞാൻ പ്രണയം
മരണം പോലെയാണ് പ്രണയം
ചോദിക്കുന്നതു ജീവിതം മുഴുവൻ "

ഇന്ദ്രിയബോധം

മനുഷ്യാവസ്ഥകളുടെ സൂക്ഷ്മരാഷ്ട്രീയവിശകലനത്തിനകത്തേക്ക്, അനുഭൂതിസംവേദനങ്ങളിലേക്ക് ചാലിട്ടു മുന്നേറുന്നവയാണ് ഈ കവിതയിലെ ഇന്ദ്രിയബോധം. മനുഷ്യേന്ദ്രിയങ്ങൾ കേവലം മജ്ജമാംസങ്ങൾക്കപ്പുറം കാലവും സംസ്കാരവും ചരിത്രവുമാകുന്നത് 'പ്രാർത്ഥിക്കുന്നതെങ്കിൽ ഇങ്ങനെ'യിലും 'ശബ്ദാസുരന്റെ നഗര'ത്തിലുമെല്ലാം കാണാം. കാതുകളിൽ മൗനം ദത്തെടുക്കാനലയുന്ന ചെവി എത്ര സഫലമായ, പുത്തൻ നഗരപ്രതീകമാണ്!

കാഴ്ചയുടെ ഭാവന, കാഴ്ചയുടെ അടുപ്പങ്ങളും അകലങ്ങളുമൊക്കെ ഈ രചനകളിൽ മറ്റൊരുൾക്കണ്ണുതീർക്കുന്നു. അന്ധത/കാഴ്ചയുടെ അകത്തേക്കകത്തേക്കു തിരഞ്ഞു പോകുന്ന വാക്കുകൾ 'കല്ലറ','കണ്ടുകണ്ടിങ്ങിരിക്കാം', 'കാഴ്ചക്കാരൻ' മുതലായ കവിതകളിലൊക്കെ കാണാം. കാണിതന്നെയായ ആഖ്യാതാവ് കാഴ്ചയുടെ കോയ്മകളെ കൺപാർക്കുന്നു കണ്ടെടുക്കുന്നു. ആഖ്യാനം കാഴ്ചതന്നെയാകുന്നു.

"കാണലില്ലെങ്കിൽ ഞാൻ വെറും
കാഴ്ചവസ്തു"

സ്വന്തമായ കാഴ്ചയുടെ തന്റേടം, ഉള്ളുറപ്പ് വ്യവസ്ഥാനുസാരിയല്ല. 'മൂങ്ങ'(നാദാപുരത്തെ വർഗീയകലാപകാലത്തെഴുതിയത്)യിൽ നോട്ടവും കാഴ്ചയും നിർദ്ദിഷ്ടമാണ്. ചിന്തയും

ജ്ഞാനവും സാരവുമൊക്കെ മറ്റാരുടേയോ. അതിനാൽ ഇരുട്ടിൽ വന്നുപെടുന്ന എന്തായാലും 'ഇര എപ്പോഴും വശ്യം.'

അന്ധരെ അന്ധർ നയിക്കുന്ന രൂപകം കെ.ജി.എസ്സിനു പ്രിയമേറിയത്. ("കൂട്ടുകൂടുവതിപ്പോഴും കൂട്ടുമോ കാഴ്ച?") പ്രസിദ്ധമായ ബ്രൂഗൽ ചിത്രത്തിന്റെ കാഴ്ചയെ മുൻനിർത്തിയെഴുതിയ 'കല്ലറ'യിലും 'സഖാവ് ബലരാമന്റെ കൊലയാളി'യിലും അതാവർത്തിക്കുന്നു. 'കണ്ണില്ലായ്കയോ കാണായ്ക'യെന്നും 'ആരള്ക്കും കണ്ണുള്ളവർ കാൺമതിൻ വ്യാസം' എന്നും എതിർനിലകളെ അതുയർത്തിക്കാട്ടുന്നു. കാലത്തിന്റെ ഹ്രസ്വദൃഷ്ടികളെ തെളിക്കുന്ന ദീർഘദർശനങ്ങളായി കവിത പെരുമാറുന്നതിങ്ങനെയെല്ലാം. (ഹ്രസ്വദൃഷ്ടിയാലല്ലോ ലീല(അരവിന്ദന്റെ ലീല?) കണ്ണടക്കാരി.) ഇരുട്ടിന്റെ സ്വൈരവും ആനന്ദവും സുഖാലസ്യവും വെളിച്ചത്തിനില്ലെങ്കിലും 'തമസോ മാ ജ്യോതിർഗമയ' എന്നു പാടുന്നതിന്റെ വൈരുദ്ധ്യം കൂടി ചേർത്തു വെയ്ക്കുന്നുണ്ട് ('ഇരുവൻ') കവി. സ്പർശത്തിലേക്കും മണങ്ങളിലേക്കും നീളുന്ന വാക്കിന്റെ യാത്രകൾ കവിതകളിലുണ്ട്, 'തൊടുമൊഴി', 'വണ്ടിനീങ്ങും മുമ്പ് വിരലിൽ തൊട്ട്', 'നാവ് ഒഴിഞ്ഞുനിന്നു', 'മണം കാണിച്ചത്' എന്നിങ്ങനെയെല്ലാം.

കവിതകൾക്കുമേൽ ദർശനത്തിന്റെ ഊറിക്കൂടൽ മൂർത്തമായിത്തന്നെ കാണാം, ഏറ്റവും പുതിയ രചനകളിൽ. പൂർണമായും ആത്മനിഷ്ഠമല്ലാത്ത പതിഞ്ഞമർന്ന നിനവുകൾക്കകത്ത് കാലം, മരണം, നശ്വരത മുഴങ്ങുന്നു. മരിച്ചവർക്കു ബൈനോക്കുലർ വേണ്ട, മഴസാധകൻ, മോക്ഷം ഒക്കെയും തിരിഞ്ഞുനോട്ടങ്ങളെയും മടക്കയാത്രകളെയും കൂടി ചേർത്തെഴുതിയവയാണ്. നെയ്യുരുളയിൽ പതിഞ്ഞ ഉറുമ്പ് സകലശക്തിയുമെടുത്തു സ്വയം മോചിപ്പിക്കാൻ നോക്കുമ്പോൾ അതാ ദൈവകരം പോലൊരു സ്പൂൺ അതിനെ കോരിയെടുക്കുന്നു, പക്ഷേ അത് മൊരിയുന്ന ദോശയിലേക്കായിരുന്നു! ('മോക്ഷം') കവിത വാക്കിന്റെ കെട്ടിവെച്ച ബാധ്യതകളിൽ നിന്ന് ഇറങ്ങി ഒഴുക്കിനു മേൽ അതിന്റെ അനന്തസ്രവധാരയിലേക്ക് കാൽപ്പാദങ്ങളെ ഒന്നിറക്കിവെയ്ക്കുന്നു. ചെരുപ്പും കണ്ണടയും ഉടുപ്പും അഴിച്ച് ഒരുവേള ഒന്നുമുങ്ങി നിവർന്ന് ചുറ്റും ഒന്നു കൺപാർക്കുന്നു. വെള്ളത്തിന്റെ 'ശമനവെളിച്ച'ത്തിൽ 'ബോധപ്പുതുവെയിൽ' കൊണ്ടെന്ന പോലെ, വെള്ളത്തിൽ വെള്ളം കൊണ്ടെന്ന പോലെ, സംസ്ക്കാരത്തിൽ സംസ്ക്കാരം കൊണ്ട് അതു ജീവിതത്തെ എഴുതുന്നു.

■

കവിതകൾ

വൃക്ഷം

താരാവൃതരജനി കണക്കെ
താരാർന്നെഴുമൊരു വൻതരുവുണ്ടെൻ
ശോകശ്യാമമനസ്സിൽ.

എന്നെച്ചൂഴുമപാരതപോലെ പടർന്നും
ശ്യാമളമായ പടർപ്പിൻ തുംഗ-
സ്ഥലികൾ നിറച്ചെൻ
സ്വപ്നസുമങ്ങൾ വിരിഞ്ഞും
താഴെത്താഴെ മമാത്മാവിൻ
തീവ്രവിഷാദമുറഞ്ഞ തമസ്സും
തമസ്സിന്നാത്മാലാപനമാകിന
പാലപ്പൂമണമാർന്നൊരിളം കാറ്റും
കാറ്റിന്നുയിരാം കുളിരും നേരിയ
രാഗാലാപനലയവും.

താരാവൃതരജനി കണക്കെ
താരാർന്നെഴുമൊരു വൻതരുവുണ്ടെൻ
ശോകശ്യാമമനസ്സിൽ.

ഏകാകിതയിലെ ഓർമ്മകൾ പോൽ
ഓരോ മഞ്ഞിൻതുള്ളികളിറ്റുന്നൂ
മഞ്ഞിലലിഞ്ഞു നിലാവി-
ന്നിതളുകളുതിരുന്നൂ
സ്വപ്നത്താരകളുണരുന്നൂ
നിദ്രാടകരായ്
നിഴലുകളലയുന്നു.
കണ്ണുകൾ വിരിയാതുള്ളവ
കുഞ്ഞിക്കാലാലൂഴിയെ മുത്തി
ത്തെന്നിത്തെന്നി നടക്കുന്നൂ
ഊഴി തരിച്ചേ മാഴ്കുന്നൂ

രണ്ട്

ജ്വാലാമയജിഹ്വകൾ നീട്ടിയ
പരദാഹംപോൽ
പകലുകളലയും പരിധിയെഴാത്ത
പഥത്തിന്നരികേ,
അയുതായുത യുഗദൂരത്തിനുമകലേക്കെത്ര-
യപാരശ്യാമനിശീഥപരമ്പര!
തരുനിരയായി
തണലുകളായി
കാനനഗഹനച്ഛായകളായി നിരന്നേ കാണ്മൂ!

ഗാനത്ധരമൊരു വീണക്കമ്പി മുറുക്കിപ്പണ്ടീ
ഗഹനച്ഛായയിലെത്രയലഞ്ഞേൻ.
പാടിപ്പാടി പ്രാണനെയെത്ര മറന്നേൻ!
ജീവനെ വീണക്കമ്പികളാക്കിപ്പാടി
പാതാളത്തിലൊരിക്കൽച്ചെന്നേൻ
എൻ പ്രിയയുടെ പ്രാണന്നായി
എൻ പ്രാണന്റെയുഷസ്സിന്നായി.

അറിവീ,ലെന്തിനുണർന്നിന്നോർമ്മയി-
ലേറെപ്പഴകിയതാമീ ശോകകഥ!
പാരിതു പാതാളം, ഞാൻ
പാടിപ്പാടി തളരുന്നൂ,
എങ്ങോ വീണുപൊലിഞ്ഞൊരെൻ പ്രിയ-
സ്വപ്നത്തിന്റെയുഷസ്സിന്നായി. ■

(1969)

ജന്മരാത്രി

ജന്മരാത്രിയുടെ വർണമെന്തായിരുന്നു?
ജന്മരാത്രിക്കൊരരണയും മൂവന്തിതൻ കടുംചോര-
ച്ചിരിതൻ നിറമായിരുന്നു
നഗ്നതയുടെ തുടുപ്പായിരുന്നു
സുഖപൂർണതയിലെ വിഷാദത്തിൻ
മാർദ്ദവമായിരുന്നു
സ്മൃതികളുടെ പരിചിത സുഗന്ധമായിരുന്നു?
ജന്മരാത്രിയുടെ വർണമെന്തായിരുന്നു?

സ്മൃതി. ഒന്ന്: ജനനം

അപ്പോൾ ഈറ്ററയിൽ
എല്ലാവരും ഉണർന്നിരിക്കുകയായിരുന്നു,
ഞാൻ മാത്രം ഉറങ്ങുകയും.
ഉറക്കത്തിൽ ഞാൻ സ്വപ്നങ്ങൾ കണ്ടു
സ്വപ്നങ്ങളെല്ലാം പൂർവജന്മങ്ങളിലെ
ആനന്ദമൂർച്ഛകളെക്കുറിച്ചായിരുന്നതിനാൽ
ഉറക്കത്തിൽ ഞാൻ കരയുകയും ചിരിക്കുകയും
കൈകാലുകൾ ദിക്കുകളിലേക്കു നീട്ടി
മൂരി നിവർക്കുകയും ചെയ്തു.
എന്റെ സ്വപ്നവിഷയങ്ങൾ
എന്നെ തുറിച്ചുനോക്കിനിന്ന വാത്സല്യങ്ങളുടെ
വയസ്സായ കണ്ണുകൾ കണ്ടില്ല എന്നതും
ഭൂമിയിൽ വിരിഞ്ഞ പുതിയ പൂവുകളിലെ തേനും
ആരുടേയോ ആനന്ദമാവാൻ പഴുത്ത പഴങ്ങളും ഭുജിച്ച്
കടവാതിലുകൾ ഇരുട്ടിന്റെ ഉൾക്കടലിലേക്ക്
നീന്തിനീന്തി മറയുന്നതും
ഉൾക്കടലിനെപ്പോലെ ഉറങ്ങിക്കിടന്ന ഞാൻ കണ്ടു.
എനിക്ക് ജന്മാന്തരങ്ങളുടെ കാഴ്ചയുണ്ടായിരുന്നു.
എന്റെയുള്ളിൽ
ഏതോ തീരത്തുനിന്നും വന്ന

പ്രാണനും തോണിയും പോയ ഒരു മുക്കുവനും
അതിനു ചുറ്റും തോണിപോലെ ശരീരമുള്ള
കുറേ സ്രാവുകളും
ഒഴുകിപ്പോകാതെ ഓളങ്ങളിലിളകിക്കഴിയുന്നതു കണ്ടു.
അപ്പോൾ എനിക്ക്
ഒരു വിലാപഗീതം ഓർമ്മവന്നു.

മുത്തു തരാം ഞാൻ കടലേ
മുക്കുവനേ നീ തരുമോ...

വിലാപഗീതം എന്റെയുള്ളിൽനിന്ന്
കടവാതിലുകളെപ്പോലെ പറന്നുനീങ്ങി
ഞാൻ പിൻതുടർന്നു.
നിലാവുമറന്ന രാത്രിപോലെ
പ്രതീക്ഷയറ്റ മനസ്സുപോലെ, ഒരു തീരം.
അവിടെ
ദുഃഖത്തെപ്പോലെ സ്വതന്ത്രനായി ഞാൻ കടന്നുചെന്നു.

കടൽത്തീരത്ത് കുടിൽ കണ്ടു
വിലാപഗീതത്തിന്റെ കറുത്ത, പഴയ കുടിൽ
കുടിലിന്റെ മുറ്റത്ത് തേങ്ങൽ കേട്ടു.
പാറുന്ന മുടികൾ കണ്ടു.
വിറയ്ക്കുന്ന വരണ്ട ചുണ്ടുകൾ കണ്ടു.
നിറഞ്ഞ കണ്ണുകളിൽ കടൽ കണ്ടു.
കടലിന്റെ കണ്ണുകൾ കണ്ടു.
അപാരതയിലേക്കു നീട്ടിയ
കടലിന്റെ ശൂന്യമായ കൈകൾ കണ്ടു.
ഭൂമിയിൽ വിരിഞ്ഞ പുതിയ പൂവുകളിലെ തേനും
ആരുടേയോ ആനന്ദമാവാൻ പഴുത്ത പഴങ്ങളും
ഭുജിച്ച്
ഉൾക്കടലിലേക്ക് പറന്നുപോകുന്ന
കടവാതിലുകളെ കണ്ടു.

അപ്പോഴാണ് എനിക്കു വെളിയിൽ നിന്നിരുന്ന
ഏതോ ഒരു വയസ്സായ കണ്ണിന്റെ
ചുളിവീണ ശബ്ദം ഞാൻ കേട്ടത്:
'ന്റെ മോന് ന്റെ നിറമാ കറുപ്പ്'
പിന്നെ ഞാനുണർന്നു.

സ്മൃതി. രണ്ട്: മരണം

സന്ധ്യകൾ കഴിഞ്ഞുള്ള സന്ധ്യ.
ഉൾക്കടലിൽനിന്നു കടവാതിലുകൾ

ജീവന്റെ വൻകരകളിലേക്കു വരുന്നു
പിതാമഹന്മാരെപ്പോലെ
എപ്പോഴുറങ്ങുമെന്നറിയാതെ ഞാൻ കിടന്നു.
ഈ രക്തമാംസങ്ങളിൽ,
ചെമ്പരത്തിപ്പൂവിന്റെ നിറമുള്ള ഈ ശയ്യയിൽ,
ഇന്നോളം ഒറ്റയ്ക്കായിരുന്നു.
ഇരുണ്ടുമെലിഞ്ഞ ഈ ഒഴിഞ്ഞ മുറിയിൽ
ഒരാളും കടന്നുവന്നില്ല
ഭയന്ന ചിരിയോടെ എല്ലാവരും മുറ്റംവരെ വന്നു
വേഗം തിരിച്ചുപോവുകയും ചെയ്തു.

ഏകാന്തതകളിൽ, ഈ രക്തമാംസങ്ങൾ,
ചെമ്പരത്തിപ്പൂവിന്റെ നിറമുള്ള ഈ ശയ്യ പറയും:
ഇവിടം നിദ്രയുടെ വനാന്തരമാണ്.
സാർത്ഥവാഹകർ ഈ വഴി വരും.
ഞാൻ തടഞ്ഞുനിർത്തും.
എല്ലാം സ്വന്തമാക്കും.
ഞാൻ പറയും:
ഒടുവിൽ, പഞ്ചാക്ഷരമുച്ചരിച്ച്
സപ്തർഷികൾ വരും ശ്വേതാണുക്കളെപ്പോലെ,
ഏഴു ദിക്കുകളിൽനിന്ന്
ശേഷിച്ച ദിക്കിൽ
നിന്റെ ചോരയുടെ ചെമ്പരത്തിപ്പൂവിന്റെ
നിറമുണ്ടായിരിക്കും.
നീ തടയുംമുമ്പ് അവർ നിൽക്കും.
ഉദ്ദിഷ്ടമാരായും.
പകർന്നാൽ കുറയാത്തത് ക്രാന്തദർശികൾ
നിനക്കു പകരും അറിവ്.

അറിയുംതോറും നീ, നീയല്ലാതാകും
നിന്റെ ചെറിയ വനാന്തരം
അതിരകലുന്ന രാവുകളിൽ മറയും
നിന്റെ ചെമ്പരത്തിപ്പൂനിറത്തിനു മുകളിൽ
ഭൂമി പടരും...
ഭൂമിയുടെ ആലിംഗനം.
ചെമ്പരത്തിപ്പൂ നിറമുള്ള ശയ്യ
ഒന്നും പറഞ്ഞില്ല.
നിദ്രയായി.
നിദ്രയുടെ നക്ഷത്രരഹിതമായ ആകാശത്തിൽ
ഓർമ്മകളും സ്വപ്നങ്ങളുമില്ലാത്ത രാത്രി
കടവാതിലുകളും സപ്തർഷികളുമില്ലാത്ത രാത്രി. ■

1970

കാക്ക

കുന്നു നിൽക്കുന്നു കുന്നായേ
കുന്നിൻമോളില് മാവ് നിൽക്കുന്നു മാവായേ
മാവിൻചോട്ടില് പയ്യ് മേയുന്നു പയ്യായേ
മാവിൻ കണ്ണില് കാക്ക കൊത്തുമ്പം
മാവനങ്ങുന്നു പയ്യായേ
കുന്നിൻവാലില് കാക്ക കൊത്തുമ്പം
കുന്നനങ്ങുന്നു പയ്യായേ. ■

(1971)

ഞാൻ

വേശ്യയായിരുന്നെന്റെ
മുതു മുതു മുതു മുത്തശ്ശി.
പെണ്ണായിരുന്നെങ്കിൽ
ഞാനും
വേശ്യയായേനെ.

വിടനായിരുന്നെന്റെ
മുതു മുതു മുതു മുത്തച്ഛൻ.
ആണായിരുന്നെങ്കിൽ
ഞാനും
വിടനായേനെ. ■

1971

ബംഗാൾ

വിപ്ലവപൂർവകാലം ഉപരിവർഗത്തിന്റെ സിരകളിൽ
ആത്മശൈഥില്യത്തിന്റെ വിഷം നിറയ്ക്കുന്നു.
അവരെ വേഗം വേഗം അന്ധരാക്കുന്നു - *ലൂഷുൺ*

ഇന്ത്യൻ അവസ്ഥ - ഒന്ന്: ധൃതരാഷ്ട്രർ

ബംഗാളിൽനിന്ന് ഒരു വാർത്തയുമില്ല.
ബംഗാളിൽനിന്നു മാത്രം
യാതൊന്നുമറിയുന്നില്ല
യാതൊന്നും
ഒന്നും.

എന്റെ മക്കളും ചെറുമക്കളും ബന്ധുക്കളുമവിടെയാണ്.
പലതരക്കാരാണ് പണക്കാരാണ്
അവരവരുടെ കിണറും കൊയ്ത്തും വേലയും
വേറെ വേറെ വിരുന്നുകാരുമാണ്
അതിരും അയലും കുശുമ്പും കൂടോത്രവും
അതിരിലെങ്ങും പക പതിയിരിക്കുന്ന
പിരിയൻ മാളങ്ങളുമാണ്.
ഓടിപ്പോയ പൂച്ചയുടെ തല
ഒറ്റവെട്ടിന് വീശിയെടുത്ത്
പട്ടുമൂടി മന്ത്രംചൊല്ലിക്കിണറ്റിലിട്ട്
നേരത്തോടുനേരം
കലം ചട്ടി അരകല്ല് പത്തായം
തറവാടിന്റെ അടിത്തറ കുലദേവത
വഴികൾ പുഴകൾ സൈന്യം നാട് നഗരം
എല്ലാം നടുവേ പിളർന്നവരാണ്.
എന്തിനും തമ്മിൽത്തല്ലാണ് കുരുതിയാണ്
കള്ളച്ചൂതും അജ്ഞാതവാസവുമാണ്
നടുവഴികളിൽ ചതിച്ചൊട്ടകളാണ്
നാക്കിൽ ചോരക്കൊതിയാണ്

വാക്ക് വിഷപ്പൊതിയാണ്
പാർട്ടിക്കാരും ഗാന്ധിക്കാരുമാണ്
എന്റെ മക്കളും ചെറുമക്കളും ബന്ധുക്കളും—

സഞ്ജയാ, നീയെന്താണോർക്കുന്നത്!
ബംഗാളിൽനിന്ന് ഒരു വാർത്തയുമില്ല
യാതൊന്നുമറിയുന്നില്ല.

രാത്രി പുലർച്ച ഉച്ച സന്ധ്യ രാത്രി പുലർച്ച
ഉച്ച സന്ധ്യ രാത്രി രാത്രി രാത്രി
ഇതേ ഇരിപ്പാണ് ഞാൻ.

യാതൊന്നുമറിയുന്നില്ല
യാതൊന്നും

വെള്ളിവാലും തീട്ടൂരവുമായി അർദ്ധരാത്രിയിൽ
ദൂതൻ കുതിരപ്പുറത്ത് പറന്നെത്തുന്നില്ല
കല്പടികളിലാഞ്ഞു ചവിട്ടി
ആരും ഓടിക്കേറിവരുന്നില്ല
ഒന്നും ഉണർത്തിക്കുന്നില്ല
കല്പനകളില്ല പടയോട്ടങ്ങളില്ല വിജയഘോഷങ്ങളില്ല.

കാലം പഴയതല്ല.
വിട്ടുവീഴ്ചകളില്ല.
ചോരയ്ക്ക് ചോര, തോക്കിനു തോക്ക്
ധൈര്യത്തിന് ധൈര്യം
കാലം പഴയതല്ല, ചുടുവേനലാണ് കലിയാണ്.
ഒരുപക്ഷേ ഇതായിരിക്കാം
കവി പറഞ്ഞ ആ *ക്രൂരകാലം.

സഞ്ജയാ,
അകത്തെ മുറിയിലാരോ തേങ്ങുന്നു
അകലെയാരോ അലമുറയിടുന്നു
ആകാശത്തിലും ഭൂമിയിലും ഭയം മുഴങ്ങുന്നു

സഞ്ജയാ, നീയെന്താണോർക്കുന്നത്?
അവ്യക്തശബ്ദങ്ങൾ
ഏകാന്തത കൊണ്ടുവരുന്നു.
സഞ്ജയാ, നീയെന്താണോർക്കുന്നത്?
മൗനം നിന്നെ ദൂരേക്ക് കൊണ്ടുപോകുന്നു.

---

* എലിയറ്റ് – തരിശുഭൂമി
അതിക്രൂരമായ ഒരു കാലമാണിത്. ഭയംകൊണ്ട് കേട്ടുകേൾവി നാം വിശ്വസിക്കുന്നു. ഭയപ്പെടേണ്ടത് എന്തിനെയാണെന്ന് നമുക്കു വ്യക്തവുമല്ല' (മാക്ബത്)

ബംഗാളിനു ചുറ്റും കടലാണ്
നദീതടസംസ്കാരങ്ങളവിടെയാണ്
നഗരപരിഷ്കാരങ്ങളവിടെയാണ്
പ്രഭുക്കൾ, ഭൃത്യർ, നൂറ്റാണ്ടുകൾ
മദംപൊട്ടിയ ഭൂഖണ്ഡങ്ങൾ
മഹായുദ്ധങ്ങൾ, ചുഴലികൾ
മലമ്പാതകളുടെ ഇരുണ്ടു തണുത്ത ദൂരങ്ങൾ
മന്ദഹാസത്തിൽ പതിയിരിക്കുന്ന ദംഷ്ട്രകൾ
എല്ലാം അവിടെയാണ്.
എന്റെ മക്കളും ചെറുമക്കളും ബന്ധുക്കളുമവിടെയാണ്.
നമ്മുടെ ഈ വിരൂപങ്ങൾ
വിരുദ്ധവാക്കുകൾ, പേക്കിനാവുകൾ
വിചാരണ, ശിക്ഷ

സൈബീരിയയ്ക്ക് നാടുകടത്തൽ കഴുമരം
ഡോക്ടർ, ആരാച്ചാർ
പ്രളയം, നോഹ, മനു
എല്ലാം അവിടെയാണ്
അവിടംതന്നെയാണ്.

ബംഗാളിന്റെ രഹസ്യം മനസ്സിലാകുന്നതേയില്ല
യാതൊന്നുമറിയുന്നില്ല.

സഞ്ജയാ,
ഇലകൊഴിച്ചിലിന്റെ ഈ കാലം
വൃക്ഷത്തടങ്ങളിൽ കരിയില കൂടുന്ന ഈ കാലം.
ചുടുവേനൽ,
എനിക്കിതു വല്ലാത്ത പേടിയുണ്ടാക്കുന്നു.
കീഴിൽ കുപ്പിച്ചില്ലും പാമ്പും
എപ്പോഴും കണ്ടില്ലെന്നു വരാം;
പക്ഷേ, കരിയില, കെടുതികൾ പെറ്റുകൂട്ടുന്ന
വിശപ്പിന്റെ തള്ളപ്പിശാചാണ്.
കാത്ത് കിടക്കുകയാണ്.
നിസ്സാരമായ ഒരു കാറ്റൂതിയാൽ
കരിയിലകൾ ആർത്തുണരും.
ആരും ശ്രദ്ധിക്കില്ല, പെട്ടെന്ന് സംഘടിക്കും.
ഭയങ്കരമായ ചുഴലിയുണ്ടാക്കും.
എല്ലാം അട്ടിമറിക്കും.
വൃത്തികെട്ട കുഴികളിൽ

തണുതണുത്ത് ചിതറിക്കിടക്കുന്ന
ഈ കിടപ്പുണ്ടല്ലോ, ഇതു വിശ്വസിച്ചുകൂടാ;
ഓർക്കാപ്പുറത്ത് ചുഴലി പൊങ്ങും.
വഴിതടയുന്ന കൂറ്റൻ പർവതങ്ങളെ ഞെരിച്ചമർത്തും.
എനിക്കറിയാം.
ഈ വേനലിന്റെ രൂക്ഷമായ രഹസ്യസ്വപ്നം.
ഇതു ഭൂമിയെ തരിശാക്കുന്നു
വൃദ്ധയെപ്പോലെ വിഫലയാക്കുന്നു.
വെയിലത്തെ തെണ്ടിയുടെ മുഖംപോലെ
ഈ നിലം ആഴത്തിലേക്ക് വിണ്ടതാക്കുന്നു
വരണ്ടതാക്കുന്നു
മൂകമാക്കുന്നു
തുറിച്ചുനോക്കുന്നു
ശുദ്ധാത്മാക്കൾ പരിഭ്രമിക്കുന്നു
കറുപ്പു ചുറ്റി കണ്ണുമൂടി മരണപ്പാട്ട് പാടുന്നു.
*സിസിഫസ്സിന്റെ കല്ലേറ്റ് വാങ്ങുന്നു
വെറുതെ വെറുതെ എന്ന്
വ്യർത്ഥവേദത്തിന്റെ പേ തുപ്പുന്നു.

സഞ്ജയാ, നീ കണ്ടതാണ് ശരി.
ഈ വിള്ളലുകൾ നിർവാസിതന്മാർക്ക് കൂടല്ല
പരാജിതന്ന് ഭൂമി തുറന്നുകൊടുത്ത ശവപ്പെട്ടിയല്ല
കമഴ്ന്നു കിടന്ന്
ഈ വിള്ളലുകളിൽ കാതുചേർക്കുന്ന കറുത്ത കുട്ടികൾ
തുടരെ കേൾക്കുന്ന കനത്ത കാലൊച്ച
ചരിത്രത്തിന്റേതാണ്
ആഴത്തിലൂടെ കുതിച്ചെത്തുന്ന ചുഴലിയുടേതാണ്
കണ്ണിൽ മിന്നൽപ്പാടുള്ള ആ രക്ഷസ്സിന്റേതാണ്.
നീ പറഞ്ഞതാണ് സത്യം:
ഈ കുട്ടികളുടെ പുത്തൻപാട്ടിൽ തീയുണ്ട്.
പക്ഷേ, സഞ്ജയാ, കുട്ടികളോടുപോലും
എനിക്കെന്തോ പേടി തോന്നുന്നു
ഈ വേനൽ എന്നെ തിന്നുതീർക്കുന്നു
ഇലകൊഴിച്ചിലിന് വേഗമിരട്ടിക്കുന്നു
പൊടിപൂണ്ട തീക്കാറ്റുയരുന്നു.
ഉയരെച്ചൂണ്ടുന്ന കൂർത്ത ചുള്ളിക്കമ്പുകൾക്ക് കീഴിൽ
കരിയിലകളുടെ ശക്തി കൂടിക്കൊണ്ടേയിരിക്കുന്നു.

---

* The Myth of Sisyphus - Albert Camus

പുറമേയുള്ള ഈ തണുപ്പൻ മട്ട് വിശ്വസിക്കാനേ വയ്യ.
നീ പറയാറുള്ളതുപോലെ
അടിത്തട്ടിലൂടെ അത് രഹസ്യമായി മുന്നേറും
നാം കാണുന്ന പാദങ്ങൾക്കും പാതകൾക്കുമടിയിലൂടെ
നവീനവും ശക്തവുമായൊരവബോധംപോലെ,
രഹസ്യമായി മുന്നേറും രഹസ്യമായി.
എനിക്കാകെ പേടി തോന്നുന്നു.

എന്റെ മക്കളും ചെറുമക്കളും
ബന്ധുക്കളും ബംഗാളിലാണ്
ബംഗാളിൽനിന്നുമാത്രം ഒന്നുമറിയുന്നില്ല.

തീർത്ഥാടനം കഴിഞ്ഞ് പ്രഭുക്കന്മാരുടെ ഒരു സംഘം
കാളീഘട്ടിലൂടെ കഥകൾ പറഞ്ഞ്
ആർത്തട്ടഹസിച്ച് വരികയായിരുന്നു.
പെട്ടെന്ന് തെരുവിൽ ചുഴലി പൊങ്ങി,
ഓടയിൽനിന്നാരംഭിച്ച ചുഴലി
തെരുവുകൾ ആശുപത്രികൾ ജലസംഭരണികൾ
റേഡിയോ നിലയം - നഗരം മുഴുവൻ തല്ലിത്തകർത്ത്
അന്നത്തെ വീരലാൽ ചക്രവർത്തിയെ
സിംഹാസനത്തോടെ തട്ടിക്കൊണ്ടുപോയി.
ചുഴലി കഴിഞ്ഞപ്പോൾ രാജ്യം
വേരോടെ മാറിപ്പോയിരുന്നു.
ഭരണം നിയമം മര്യാദകൾ രാപകലുകൾ
—ആകെപ്പുത്തൻ.
ഏറ്റവുമൊടുവിലാണ് പഴയ ആളുകൾക്ക് മനസ്സിലായത്,
വിദൂരഗ്രാമങ്ങളിലെ ദരിദ്രകർഷകരുടെ
ഉഗ്രശാപത്തിൽനിന്നാണ്
ചുഴലി പൊട്ടിപ്പുറപ്പെട്ടതെന്ന്.
എന്നല്ല, ഇത്തരത്തിലും ചുഴലി സംഭവിക്കാമെന്നുപോലും.
അപ്പോഴേക്കും കവികളും ബുദ്ധിജീവികളും
അതേപ്പറ്റി ധാരാളം എഴുതിക്കഴിഞ്ഞിരുന്നു.
പ്രഭുക്കന്മാരിൽ ചിലരുടെ ദേഹങ്ങൾ
നഗരത്തിൽനിന്ന് വളരെ അകലെ, കാട്ടിൽ,
ഏതോ മുള്ളുമരങ്ങളിൽ കുരുങ്ങിക്കിടന്നു.
ചക്രവർത്തിയുടെ തല
ഗംഗയിലെ ഒരു മുക്കുവന്റെ വലയിൽ കൊരുത്തു.

സഞ്ജയാ, എനിക്കൊരു സുഖവും തോന്നുന്നില്ല
കാളീഘട്ടിലൂടെ ഇന്നെന്റെ മക്കളും ചെറുമക്കളും

തീർത്ഥാടനത്തിനു പോകും;
ചിരിച്ച് രസിച്ച് തിരിച്ച് പോരും;
എനിക്കൊന്നും ഊഹിക്കാനേ കഴിയുന്നില്ല.
ഇലകൊഴിച്ചിലിന്റെ ഈ കാലം എനിക്കു സുഖം തരില്ല.
ഉറ്റവരുടെ മരണവാർത്തയുമായി
ആരോ ഓടിക്കിതച്ചു വരുന്നെന്ന വിചാരമാണെപ്പോഴും.
എല്ലാവരും ദൂരെയാണ്
ഞാനിവിടെ ഈ വെയിലിൽ കെട്ടിയിടപ്പെട്ടവനാണ്,
സ്വാതന്ത്ര്യം മോഷ്ടിക്കപ്പെട്ടവനാണ്
സുഖമനുഭവിക്കാൻ ശക്തി ഇല്ലാത്തവനാണ്.
ഇവിടം തരിശാണ്,
—എല്ലാം ദുരൂഹവും ഭീകരവുമായിരിക്കുന്നു.

ഇരുട്ടിനേക്കാൾ വ്യാഖ്യാനം ദുഷ്കരം
ഈ വെയിൽ തീയാണ്.
ഇവിടെ ഓരോ അണുവും ഓരോ സൂര്യനായി
എന്നെ ദഹിപ്പിക്കുന്നു.

സഞ്ജയാ, ഇക്കാലത്ത് നിന്റെ വാക്കുകൾ
ഞാൻ പെട്ടെന്നു മറന്നുപോകുന്നു.
പഴയ ഉത്തരത്തിൽ ധ്യാനിച്ചിരിക്കുന്ന
ഗൗളിയുടെ പ്രവചനങ്ങളോടെനിക്കിഷ്ടം കൂടുന്നു
ധ്രുവങ്ങളുടെ ആഴവും
അവയുടെ ദുരന്തപ്രസക്തിയുമറിഞ്ഞ പ്രവാചകൻ
ആദ്യത്തെ ഉത്തരത്തിൽതന്നെ
ഭൂമിക്കുള്ളിലെ ഭീമകാന്തത്തിന്റെ സ്ഥൈര്യം കണ്ട്
എത്രയും വേഗം അതിൽതന്നെ
അതായിത്തന്നെ കിടപ്പുറപ്പിച്ചു
തുടർച്ചയുടെ പുത്തനധ്യായങ്ങളിൽ വാൽ, കൈ, കാൽ
തല ഇമ കൃഷ്ണമണി നോട്ടം കാഴ്ച ഓർമ്മ കണക്കുകൾ
എന്നീ വിശദാംശങ്ങൾക്കുപോലും കൃത്യം തെറ്റാതെ
അവസ്ഥാഭേദങ്ങൾക്കെതിരെ
ധ്യാനത്തിന്റെ കർശനമായ പ്രതിരോധം ധരിച്ച്
ഇടറാതെ തുടരുന്ന
ഈ പ്രവചനങ്ങളോടെനിക്കിഷ്ടം കൂടുന്നു.
'പാട്ടുകൊണ്ട് ചൂട്ടുകെട്ടി'
രാജാക്കന്മാരുടെ മുഖത്ത് കുത്തണമെന്ന്
ഇന്നലെ സന്ധ്യയ്ക്ക് നീ കവികളോടു പ്രസംഗിക്കുന്നത്
ഞാൻ കേട്ടു.

സഞ്ജയാ, ഈ വേനൽപോലെ,
ഇലകൊഴിച്ചിലിന്റെ ഈ ദുഷ്കാലംപോലെ
പ്രതിസന്ധിപോലെ
എന്നെ കുത്തിനോവിക്കുന്ന നിന്റെ കടുത്ത ശരികളിലെ
തീക്ഷ്ണമായ പ്രകാശത്തേക്കാൾ
ഈ പ്രവചനങ്ങളുടെ സംഘർഷമറ്റ അരണ്ട പ്രശാന്തത
എന്നെ പിടിച്ചടക്കുന്നു.
നമ്മുടെ ബന്ധം എവിടെയോ വേരറ്റുപോകുന്നു.
എന്റെ കാഴ്ച ഇരുളുന്നു.
ഇപ്പോൾ ഇവിടിരുന്ന് എനിക്ക് കാണാവുന്നത്
എത്രയോ ചുരുക്കം മാത്രം:
തീവണ്ടിയുടെ ഈ മുറിക്കകം മാത്രം.
ജനലിലൂടെ ഇതിന്റെ വലതുഭാഗത്ത്
മരണം നിറഞ്ഞ പർവതങ്ങൾ മാത്രം.
കാട്ടുതീയിൽ വെന്തുപോയ അരുവികളുടെയും
കോലാടിൻ പറ്റങ്ങളുടെയും
മെലിഞ്ഞുകൂർത്ത അസ്ഥികൂടങ്ങൾ മാത്രം.
യുദ്ധത്തിൽ ഒരു കക്ഷിയെ മാത്രം.
യുദ്ധത്തിൽ ഒരു കക്ഷിയെ മാത്രം.
പടയോട്ടത്തിൽ തകർന്ന
പാലങ്ങളുടേയും തറവാടുകളുടേയും
മുറിഞ്ഞുവീണ കൈയും കാലും
അശോകചക്രംപോലെ ചത്തുന്തിയ കണ്ണും മാത്രം
ആശുപത്രി വാർഡിൽ എന്റെ കുഞ്ഞിന്റെ
കിടപ്പുമാത്രം.
ജനലിലൂടെ ഇതിന്റെ ഇടതുഭാഗത്ത്,
കടലിന്റെ ഈ എന്നും ശവമടിയുന്ന തീരം മാത്രം.
കടലിടുക്കും കെട്ടുപോയ ദീപസ്തംഭവും
കാണാതായ കാവൽക്കാരനും മാത്രം.
ഒറ്റപ്പെട്ട പുരാതന നാവികൻ മാത്രം.
കണ്ണു കത്തുന്ന ഈ മരുഭൂമിയിൽ
എന്റെ ഒട്ടകം മാത്രം.
—അതും ഭീകരമായി തലയുയർത്തി
ദൂരേക്ക് നടന്നകലുന്നു.

സഞ്ജയാ, അതിനപ്പുറം എനിക്കു കാഴ്ചയില്ല.
നീ പറയുന്ന വിശപ്പിന്റെ കൈയിലെ വിലങ്ങുകൾ
തഴമ്പുമൂടി മറഞ്ഞുപോയ ഭാഗ്യരേഖ
ഒഴിഞ്ഞ അലുമിനിയപ്പാത്രം.

ആ മുതുകിൽ എന്റെ മുത്തച്ഛന്റെ
പേരുപൊള്ളിച്ച പാടുകൾ
ഉന്തിയ നെഞ്ചുകൾ - അവിടെത്തറഞ്ഞിരിക്കുന്നെന്ന്
നീ ശപിക്കുന്ന എന്റെ പാദങ്ങൾ
കവിളിലിരുന്ന് കണ്ണിനെ തിരിഞ്ഞുനോക്കുന്ന കണ്ണുനീർ
ഒന്നും, ഇല്ല ഇല്ല, സത്യം, ഞാൻ കാണുന്നതേയില്ല.
നേരു പറയാം, അവരെ ദൂരെക്കാണുമ്പോഴേ
എന്റെയുള്ളിൽ തീപായും;
അവർ കരിയിലകളാണെന്ന്.
പിശാചുക്കൾ ഭയങ്കരമായ ചുഴലിയുണ്ടാക്കുമെന്ന്.
മുള്ളുമരങ്ങളിൽ എന്റെ മക്കളെ കുരുക്കിത്തൂക്കുമെന്ന്.
മുക്കുവന്റെ വലയിൽ എന്റെ തല കൊരുത്തെടുക്കുമെന്ന്,
സഞ്ജയാ അന്ധത ഒരുത്തമ കവചമല്ലാതായി.

സഞ്ജയാ,
മണ്ണിൽ ഇഴയുന്നവയുടെ ഓളങ്ങൾ തേടുന്നതെന്താണ്?
സ്വന്തം ഉടൽവിട്ട് വേറെ ഒരഭയം, അല്ലേ?
എന്റെ തൃഷ്ണയും അതാണ്:
ഞാൻ മറ്റൊരാളായിരുന്നെങ്കിൽ.

സഞ്ജയാ,
എനിക്കൊരു സംശയം തോന്നുന്നു.
അതാ, ഗ്രാമങ്ങൾക്കു മുകളിൽ
ചുഴിപിരിച്ച് ചുഴലി പൊങ്ങുന്നു.
ആ മുതുക്കിപ്പിശാചിന്റെ വാരിയെല്ലുകളുമായി
കരിയിലകളഹങ്കരിക്കുന്നു.

അവ, ഒരിക്കൽ വീണടിഞ്ഞവ,
ചുഴലിയുടെ ശിഖരങ്ങളിൽ വീണ്ടും വിരിയുന്നു.
അഗ്നി പൂത്ത്, ഭയം വീശി
വൃക്ഷാസുരനായി വിപത്ത് കായ്ക്കുന്നു
നിയമങ്ങളെ ധിക്കരിക്കുന്നു.
സർക്കാരിന്റെ ക്ലോക്കുകൾ വെട്ടിപ്പൊളിക്കുന്നു
ജയിലുകൾ കുത്തിത്തുറക്കുന്നു
പഴയ കോണിപ്പടികൾ പിരിച്ചൊടിക്കുന്നു
നദികൾ നടപ്പാതകൾ റെയിൽപ്പാളങ്ങൾ - എല്ലാം
കുരുങ്ങിപ്പൊട്ടുന്നു.
സംഹാരിയുടെ രൗദ്രരൂപം
ആകാശത്തിൽ വളർന്നു നിറയുന്നു.

വഴികളുടെ കാണാത്ത തുടർച്ചയിലൂടെ, അർദ്ധരാത്രിയിൽ
മന്ത്രവിളക്കു വീശി വേഗം വേഗം
നടന്നുപോവുന്നതാരാണ്?
അടിത്തട്ടിലൂടെ രഹസ്യമായി മുന്നേറുന്നതാരാണ്?
ഈ പിള്ളേരുടെ പാട്ടിലെ കൊടുങ്കാറ്റാരാണ്?
തീയാരാണ്?
ബംഗാളിന്നു കുറുകെ മുന്നടിവെച്ച്
രാജാവിന്റെ തലയിൽ
തൊഴിക്കാനാഞ്ഞടുക്കുന്നതാരാണ്?
—എനിക്കൊന്നും മനസ്സിലാവുന്നില്ല
സംശയങ്ങളും സങ്കടങ്ങളും മാത്രം.
പത്രം, റേഡിയോ, ടെലിവിഷൻ
ആരും നേരും പറയുന്നില്ല.
അവിടെ എന്തോ നടക്കുന്നുണ്ട്, കാലം പഴയതല്ല
രാജ്യത്തിന്റെ നിലവറയിൽ കാളിയുണ്ട് കരിങ്കാളി
തേറ്റയുണ്ട് നഖമുണ്ട് തീവാളുണ്ട് തീരാക്കോപവുമുണ്ട്.
ബംഗാളിൽനിന്നൊരു വാർത്തയുമില്ല.
അവിടെ
ആരൊക്കെയോ കൊല്ലുന്നുണ്ട്
ആരൊക്കെയോ ചാവുന്നുണ്ട്
പട്ടിണി കുത്തിക്കൊല്ലുകയാവും
കഴുത്തറുത്ത് തല ഗേറ്റിൽ തൂക്കുകയാവും
മുള്ളുമരങ്ങളിൽ കുരുക്കുകയാവും.
ലോക്കപ്പിലിട്ട് ഞെരിക്കുകയാവും
അല്ലെങ്കിൽ യുദ്ധമായിരിക്കും
ബോംബിട്ടു കൊല്ലുകയാവും.
അല്ലെങ്കിൽ ഭയങ്കര ചുഴലിയായിരിക്കും
വൃക്ഷങ്ങളും കെട്ടിടങ്ങളും തമ്മിൽ തല്ലി
തലതല്ലി പൊട്ടിച്ചിതറി
ഭൂമിയിലെ വഴിച്ചാലുകളെല്ലാം മറഞ്ഞുപോവുകയാവും
അല്ലെങ്കിൽ പ്രളയമായിരിക്കും
എല്ലാവരും മുങ്ങിച്ചത്ത്
വെളുത്തു വീർത്തു പൊന്തുകയാവും
കേട്ട വാർത്തകൾ ഭീകരം
കേൾക്കാത്തവ അതിഭീകരം.

സഞ്ജയാ, എന്താണവിടെ നടക്കുന്നത്
എന്താണ് എന്താണ്? ■

1972

‘രമണൻ’

നന്നായി ഓടക്കുഴലൂതുമായിരുന്നു.
പതിനാറായിരത്തെട്ടിന്റെ ഇടയനായിരുന്നു.
എന്നിട്ടും
ഒരാട്ടിൻകുട്ടി കൈവിട്ടുപോയപ്പോൾ തൂങ്ങിച്ചത്തു.
ലുബ്ധൻ! ■

1973

കഷണ്ടി

കഷണ്ടിക്കാരൻ കഷണ്ടിക്കാരനോടു സംസാരിക്കുമ്പോൾ
ഒന്നും മറച്ചുവെക്കാനില്ല.
മിനുസമേറിയ ഒരു ചിരിയിൽ
ഭൂതമോ ഭാവിയോ എന്തും
പ്രതിഫലിപ്പിക്കാൻ പ്രയാസമില്ല.
പക്ഷേ, ഇന്ന്,
കവി കവിയോടു സംസാരിക്കുമ്പോൾ
എന്തോ ഒന്ന് മറച്ചുവെക്കുന്നു.
യാത്രക്കാരൻ യാത്രക്കാരനോടു സംസാരിക്കുമ്പോൾ
എന്തോ ഒന്ന് മറച്ചുവെക്കുന്നു.
അയൽക്കാരൻ അയൽക്കാരനോടു സംസാരിക്കുമ്പോൾ
എന്തോ ഒന്ന് മറച്ചുവെക്കുന്നു.
ഇന്ത്യയും ചൈനയും സംസാരിക്കുമ്പോൾ
എല്ലാം മറച്ചുവെക്കുന്നു.
അജന്തയിലെ അപ്രസിദ്ധമായ ഹരിശ്ചന്ദ്രവിഗ്രഹം
അർദ്ധരാത്രിയിൽ സ്വന്തം കണ്ണ്
ഈ വർത്തമാനകാലംകൊണ്ട് കുത്തിപ്പൊട്ടിക്കുന്നു.
ഏറ്റവും പ്രധാനപ്പെട്ട ചീട്ട്
എല്ലാവരും മറച്ചുവെക്കുന്നു.
ഒരു കത്തി, ഒരു തേറ്റ,
എല്ലാവരും കരുതുന്നു.

രണ്ട്

കഷണ്ടിക്കാരൻ
കഷണ്ടിക്കാരനോടു സംസാരിക്കുമ്പോൾ
ഒന്നും മറച്ചുവെക്കാനില്ല.
പക്ഷേ, ഇന്ന്
ലൈബ്രറിയിലോ, തിയ്യറ്ററിലോ, വഴിയിലോ കണ്ടുമുട്ടിയാൽ

രണ്ടുപേരും പെട്ടെന്ന്
ഓരോ കണ്ണും കാതും പാതി നാക്കും പൂട്ടി ചോദിക്കുന്നു:
കൂട്ടുകാരാ, നിനക്കെന്നാണ് കഷണ്ടി വന്നത്?

ഓർമ്മ ഇല്ലെ.
എനക്കും തെരിയാത്.

നിയമപരമായി കഷണ്ടി പാരമ്പര്യമാണെന്ന് കോടതി.
അച്ഛനോ അപ്പൂപ്പനോ എണ്ണ മാറിപ്പോയെന്ന് കോടതി.

പ്രതാപങ്ങളും പ്രതീക്ഷകളും കൊഴിഞ്ഞു.
ഊരും പേരും കൊഴിഞ്ഞു.
കിരീടം, കൊമ്പ്, പീലി,
പൂക്കൾ, അനുയായികൾ, എല്ലാം കൊഴിഞ്ഞു.
ടൗൺഹാളിൽ ദാർശനികൻ പ്രസംഗിച്ചു:
ഇതാണ് ശൂന്യതയുടെ സർപ്പഫണം,
ഈ കഷണ്ടി.
ജന്മമരണങ്ങളുടെ പരംപൊരുൾ
സഹസ്രാരപത്മമധു
ചരിത്രപ്രവാഹം, വിശുദ്ധീകരിച്ചെടുത്ത സാളഗ്രാമം.
ഇതാണ് കാഫ്ക, കമ്യു, പാറ, തരിശുഭൂമി,
വരണ്ട വാനം, വരാത്ത ഗോദോ,
[illegible] ഇരുണ്ട [illegible]
സത്തയുടെ ഈണങ്ങൾക്കപ്പുറത്തെ ചിരന്തനമൗനം.
വൃക്ഷച്ചില്ലയിലെ രാത്രി
കടൽച്ചില്ലയിലെ ഏകാകിയായ പച്ചത്തുരുത്ത്...
നോക്കൂ,

പേടിപ്പിക്കുന്നതോ വെറുപ്പിക്കുന്നതോ ആയ എന്തോ ഒന്ന്
ദാർശനികൻ മറച്ചുവെച്ചു.
ആകാശത്തുനിന്ന് ഗംഗ ഇരമ്പിവരുന്നു.
താഴെ നിൽക്കുന്നതോ കഷണ്ടിശ്ശിവൻ.

മൂന്ന്

കൂട്ടുകാരാ,
നമ്മെത്തന്നെ തിന്ന്
നമ്മുടെ മസ്തിഷ്കത്തിൽ
ചെളിവെള്ളത്തിൽ
ഒരു മുതല വളരുന്നു.

കൂട്ടുകാരാ, ഭീരുത്വംമൂലം
ഒരിക്കലും ഒരു പട്ടി കുരയ്ക്കാതിരിക്കുന്നില്ല

ഇതാ കാലൻ, ഇതാ കള്ളൻ
ഇതാ ജാരൻ, ഇതാ പോസ്റ്റ്മാൻ
ഇതാ പിരിവുകാരോ വിരുന്നുകാരോ വരുന്നെന്ന്
പട്ടി എപ്പോഴും സ്വന്തം ദർശനം
അപ്പാടെ വിളിച്ചുപറയുന്നു;
ഒരു ദൈവത്തിന്റെയും വാഹനമല്ലാത്തവൻ.
കൂട്ടുകാരാ, പറയേണ്ടതു പറയാതെ
ഒരു പട്ടിപോലുമറിയാതെ
വാലുപോലുമില്ലാതെ
നരകത്തിൽപ്പോലും പോകാതെ
ഈ സൗധങ്ങളിൽ നാം ചീഞ്ഞുനാറുന്നു.
നമ്മുടെ മച്ചുകളിൽനിന്ന്
പ്രാവുകൾ വൃക്ഷങ്ങളിലേക്ക്
എലികൾ മാളങ്ങളിലേക്ക്
പൂച്ചകൾ രഹസ്യങ്ങളിലേക്ക്
കൂടുമാറുന്നു.
ഓർമ്മകളിൽനിന്ന് നാലുകെട്ടും
കാവും കുളവും കൊച്ചമ്മിണിയും
പട്ടാളത്തിൽ പോയി മരിച്ച ഗോവിന്ദേട്ടനും
ഓടി മറയുന്നു.

മൗനത്തിന്റെ ഈ മണൽപ്പരപ്പിലെവിടെയോ
ഒരഗ്നിപർവ്വതം കണ്ണു തുറക്കുന്നുണ്ട്.

കൂട്ടുകാരാ, കഷണ്ടി ഈ മൗനം മാത്രമല്ല.
ദാരിദ്ര്യമോ തൊഴിലില്ലായ്മയോ മാത്രമല്ല.
പെണ്ണു കിട്ടാതെ തിരിച്ചുപോരൽ മാത്രമല്ല.
സത്യം പറയുന്നവരെ തളയ്ക്കുന്ന ജയിലിന്റെ
ശാഖ പൊട്ടാത്ത, തണൽ വീശാത്ത
മച്ചിമതിൽ മാത്രമല്ല.
കഴുമരത്തിന്റെ ഉദയമറ്റ മേൽക്കൂര മാത്രമല്ല
ചുട്ടെരിക്കപ്പെട്ട വീടിന്റെ അടിത്തറ മാത്രമല്ല
മരണാനന്തരസ്വരൂപത്തിന്റെ
ഈ മുൻകൂർ ലബ്ധി മാത്രമല്ല.

നോക്കു;
പുണ്യഭൂമിയിലെ തെരുവായ തെരുവിലൊക്കെയും തെണ്ടുന്ന
സുന്ദരികളും സുന്ദരന്മാരും മുഴുക്കഷണ്ടിക്കാർ.
തീ പാറുന്ന നെറ്റിയും കണ്ണും
തലയ്ക്കുള്ളിലെ ഈ രണ്ടാംതല
ആരും കാണുന്നില്ലേ? ■

1973

വരും വരും എന്ന പ്രതീക്ഷ

വേനൽക്കാലത്തെ ഞായറാഴ്ച.
വിവാഹിതരെല്ലാം ഇന്നു വീടുകളിൽ.
വിജനമായ 'ലോജി'ൽ
ആരെയോ ഞാൻ കാത്തിരിക്കുന്നു.

ഇനി ആരെങ്കിലും വരാനുണ്ടോ?

മൺകൂജയ്ക്ക് ഒരോട്ട വീണിരിക്കുന്നു,
വരാന്തയുടെ കോണിൽ
ഒട്ടകത്തിന്റെ നീണ്ട കഴുത്തുമായി
അതു ചരിഞ്ഞു കിടക്കുന്നു.

ദാഹിച്ച്, വിയർത്ത്, തളർന്ന്,
ഇനി ആരെങ്കിലും വരാനുണ്ടോ?

പക്ഷിശാസ്ത്രക്കാരൻ ഇന്നലെ വന്നുപോയി.
ഇ.എൻ.ടി. സ്പെഷ്യലിസ്റ്റിന്റെ വീടന്വേഷിച്ചുവന്ന
നാട്ടിൻപുറത്തുകാരനും ഇന്നലെ പോയി.
ഇതേ വഴിയിലൂടെ ഇന്നലെ
വിധിക്കു മനുഷ്യരെ കുരുതികൊടുത്ത
പ്രവാചകന്മാരും രക്ഷകന്മാരും വന്നുപോയി.
ചോലമരങ്ങളും വഴിക്കിണറുകളും നീട്ടി
നമ്മുടെ മനുഷ്യജീവിതം തട്ടിപ്പറിച്ച
ചക്രവർത്തിമാർ വന്നുപോയി.
ഹുയാങ് സാങ്ങും വാസ്കോഡിഗാമയും വന്നുപോയി.
ഘടികാരത്തിൽ പഴയ കാലവുമായി
ഗാന്ധി
വന്നുപോയി.
ഇപ്പോഴിതാ ഈ മൺകൂജയിലെ
അവസാനത്തെത്തുള്ളിയും വറ്റിച്ച്
വിപ്ലവവായാടികൾ പ്ലീനമാടി വന്നുപോയി.

വരുമെന്നറിയാമായിരുന്ന
ചെറിയ വേഷങ്ങളെല്ലാം വന്നുപോയി.

പക്ഷേ,
നമ്മുടെ തീവണ്ടിയിലിരുന്ന്
ഡൽഹൗസി ഇപ്പോഴും പച്ചക്കൊടി വീശുന്നു.
നമ്മുടെ വിശപ്പിനെ നോക്കി
അമേരിക്കൻ ഗോതമ്പ് പല്ലിളിക്കുന്നു.

ഇനി ആരെങ്കിലും വരാനുണ്ടോ?

ഓരോരുത്തരും ഓരോ ദാഹവുമായി വരുന്നു.
ഒരിക്കൽ വന്നവർ ഒരിക്കലും വിട്ടുപോകുന്നില്ല.
ഓരോ രൂപത്തിൽ,
മനസ്സായോ മുഖച്ഛായയായോ
ഇവിടെത്തന്നെ തുടരുന്നു.
ബാനറുകൾ, റാലികൾ, മുദ്രാവാക്യങ്ങൾ, ജനകീയ മന്ത്രിമാർ
എന്നീ മുഖംമൂടികളിലൂടെ ഇപ്പോഴും
പൊയ്പോയ ചക്രവർത്തിമാർ തുടരുന്നു.
തലയ്ക്ക് വെച്ചിരുന്ന കൈ പെട്ടെന്ന്
വിഷപ്പാമ്പായി കൊത്താനുയരുന്നപോലെ.
പിച്ചും പേയും തേങ്ങലുമായി
ഇന്ന് നമ്മുടെ നിദ്രകൾ കലങ്ങുന്നു.

ഇനി ആരെങ്കിലും വരാനുണ്ടോ?

മുറ്റത്തെ വേപ്പിൽ ബലിക്കാക്കകളുടെ സെമിനാർ.
ഭാവി തങ്ങളെപ്പോലെ ഇരുണ്ടതാണെന്ന്
അവ വിശ്വസിക്കുന്നു.
ഒരു കാക്കയും വിരുന്നു വിളിക്കുന്നില്ല
ഒരു ദിക്കിലും പൂവിളി ഉയരുന്നില്ല.
എങ്കിലും
ആരോ വരും വരും എന്ന് ഞാൻ തുള്ളിച്ചാടുന്നു.
കായലോരത്ത് പൂക്കൾ വാടുന്ന
ഈ നട്ടുച്ചയ്ക്കാര് വരും?
എന്റെ പ്രിയ സുഹൃത്ത്?
ഭാവിവധു?
ആരു വരും? ആരു വരും?
പ്രശ്നങ്ങൾക്കെല്ലാം പരിഹാരവുമായി
തുറമുഖത്തൊരു പുതിയ കപ്പൽ?
ആകാശത്തൊരു പുതിയ നക്ഷത്രം?

ഈ നട്ടുച്ചയ്ക്കാരു വരും?
ആരു വരും? ആരു വരും?

അതാ ബാനർജിറോഡിലൂടെ
ഒരാട്ടിൻപറ്റം കടന്നുപോവുന്നു.
ഞായറാഴ്ചയാണ്, പള്ളി പിരിഞ്ഞിട്ടുണ്ടാവണം,
മോണിംഗ്ഷോ കഴിഞ്ഞിട്ടുണ്ടാവണം.
ബാനർജിറോഡിലൂടെ
ഒരാട്ടിൻപറ്റം കടന്നുപോവുന്നു.
അവ മുഴുവനും മുടന്തുന്നു.
കുരുതിക്കാരന്റെ വാളുപോലെ
ഈ വേനൽപ്പാത വെട്ടിത്തിളങ്ങുന്നു.

പാവം ഗൗതമനിപ്പോൾ വരാതിരിക്കട്ടെ
വന്നുപോയാൽ എന്തു ചെയ്യും?
വെറും പത്തു വിരലിന്റെ കാരുണ്യത്തിൽ
ഇതിൽ ഏതു മുടന്തനെ അവൻ രക്ഷിക്കും? ■

1974

ഗൗളിവാൽ

ഗൗളിയുടെ മുറിഞ്ഞു വീണ വാൽ
ശാന്തനായി തിരിഞ്ഞുനോക്കി:

അതാ ഇരിക്കുന്നു എന്റെ ഗൗളി
എന്തെങ്കിലും സംഭവിച്ച ഭാവമേയില്ല.
വീണപൂവ് വിട്ടുപോന്ന വല്ലിപോലെ
കണ്ണുനീർത്തുള്ളി വിട്ടുപോന്ന കവിയെപ്പോലെ
അതാ ഇരിക്കുന്നു എന്റെ ഗൗളി.
'നഷ്ടമായതു ചിന്തിച്ചേതുമേ ദുഃഖിയാതെ*
പണ്ഡിതശ്രേഷ്ഠനായ്'
അതാ ഇരിക്കുന്നു എന്റെ ഗൗളി.
ആരോടുമൊരു പ്രതികാരവുമില്ലാതെ
ഒരു പുതിയ പ്രതിജ്ഞയുമില്ലാതെ
സുപ്രസിദ്ധമായ നഷ്ടമൂല്യവിഷാദംപോലുമില്ലാതെ
അതാ ഇരിക്കുന്നു എന്റെ ഗൗളി.
പിന്നിൽ തന്നേക്കാളും വലിയ നിഴലുമായി
അതാ ഇരിക്കുന്ന എന്റെ ഗൗളി.
ഒരു പുതിയ ഇരയ്ക്കോ ഇണയ്ക്കോ തുണയ്ക്കോ വേണ്ടി
അതാ കാത്തിരിക്കുന്നു എന്റെ ഗൗളി. ■

1976

---

* 'വിദുരവാക്യ'ത്തിൽ നിന്ന് 'ഉദ്യോഗപർവം'. ശ്രീമഹാഭാരതം എഴുത്തച്ഛൻ

നന്നല്ലങ്ങാടികൾ

പരേതരെ മറവ്ചെയ്യാൻ
പണ്ട്
നന്നങ്ങാടികൾ.

പൈതൃകം മറവ്ചെയ്യാൻ
ജീവനോടെ
നമ്മെ മറവ് ചെയ്യാൻ,
ഇന്ന്
നന്ന്
അങ്ങാടികൾ. ■

കിണർ

ആഴത്തിനുമാഴത്തിൽ
ഒരു പ്രകാശവൃത്തം
ഞാനതിൽ
എന്റെ മുഖം കാണുന്നു.
ചില വെയിലിൽ
ഏകാന്തരോഷം തപിക്കുമ്പോൾ
ഞാനതിൽ
ആ 'മറ്റേ സിംഹ'ത്തെയും കാണുന്നു.[1]

രണ്ട്

ഉടുത്തൊരുങ്ങി ഊരുചുറ്റി
വൈകുന്നേരം വെറുംകൈയോടെ
വന്നുറങ്ങുന്ന പൊന്മ.
ഒരിക്കലും പുറത്തിറങ്ങാതെ
ആഴവും ഇരുട്ടും പുതച്ചിരിക്കുന്ന ഭൂതം.
പാമ്പോ വെയിലോ പൊന്മാനോ അല്ലാതെ
പതിവായി ആരും
വരാനോ പോകാനോ ഇല്ലാതെ
ആഴത്തിലാഴത്തിൽ
അവ്യക്തമാവുന്ന
കിണർപ്പടവുകൾ.

പടവുകളിലെ പച്ചപ്പായൽ
പരേതാത്മാക്കളുടെ കമ്പിളി
കമ്പിളിപ്പച്ചയിൽ കിണർത്തവള[2]
തൊട്ടുമുന്നിൽ
വിരുന്നുവന്ന കടൽത്തവള.

---

1. പഞ്ചതന്ത്രകഥ

2. ഉപനിഷദ്കഥ. വിവേകാനന്ദ സാഹിത്യ സർവസ്വം. VII പേജ് 419, 420

കിണർത്തവള
കടൽത്തവളയോടു പറഞ്ഞു:
കിണറിനെപ്പോലൊരേകാകി
വേറെയില്ല.
കിണർ – ഒരൊറ്റത്തടിവൃക്ഷം.
പുറത്തേക്ക് വീശുന്ന തിരമാലകളില്ല
ദൂരേക്ക് നീളുന്ന പ്രവാഹങ്ങളില്ല
സ്വാതന്ത്ര്യത്തിന്റെ ചിറകും
വേഗവുമില്ല.
വേലിയേറ്റങ്ങളും ഇറക്കങ്ങളുമെല്ലാം
ഉള്ളിലടക്കുന്ന
ഒരു പഴയ വീട്ടമ്മ.

കർക്കടകത്തിൽ
കണ്ണീരുപോലെ തെളിഞ്ഞ്നിറഞ്ഞും
വറുതിയിൽ
ശാന്തിപോലെ കലങ്ങിക്കുറഞ്ഞും
ശ്വാസംപോലെ നെഞ്ചിൽ
കാലം
ഉയരുന്നതും താഴുന്നതുമറിഞ്ഞും
സ്ഥാവരങ്ങളിൽ സ്ഥാവരമായി
നിശ്ശബ്ദതയുടെ ശിലാതലമായി
മുറ്റത്തൊഴിഞ്ഞ്
കിണർ;
അനാദിയായ ഉറവുകളിലേക്കും
വേരുകളിലേക്കും
പടവുകളുമായി.

ചിലപ്പോൾ
പുരാവസ്തുഗവേഷകർ വരും:
മരിച്ചവരുടെ മേടി[3]ലെ പുഷ്കരത്തോളം
ഈ പടവുകൾ പോകുന്നുണ്ടത്രെ.
സിന്ധുവിന്റെ മനസ്സോളം
ഈ ഉറവുകൾ നീളുന്നുണ്ടത്രെ
അടിമയുടെ മയക്കത്തോളം
ഈ മൗനം പടരുന്നുണ്ടത്രെ.

ചിലപ്പോൾ
സ്കൂൾകുട്ടികൾ വരും

3. മോഹൻജോദാരോ

സഞ്ചികിഞ്ചികൾ താഴെയിട്ട്
പടവുകളെണ്ണിത്തുടങ്ങും.
ഒന്ന്
രണ്ട്
മൂന്ന്...
ഇരുട്ടുപുതച്ചിരിക്കുന്ന
ഭൂതം മായവീശും,
കണ്ണുപതറും
എണ്ണം പിഴയ്ക്കും.
കുട്ടികൾ വിടില്ല വീണ്ടും
ഒന്ന്
രണ്ട്
മൂന്ന്...

ഭൂതം കാഴ്ച മുട്ടിക്കും
ആഴം ശ്വാസം മുട്ടിക്കും.
ഇരുൾ വലയങ്ങളെ ജയിക്കണം
വിഷവലയങ്ങളെ
വിഭ്രമങ്ങളെ
മാത്രയെ മാത്രയെ ജയിക്കണം.
ഭൂതത്തെ ജയിക്കണം.
പടിപടിയായിപ്പടവിറങ്ങിയാൽ
ആഴത്തിനുമാഴത്തിലെ
പ്രകാശസ്വർഗത്തിൽ
കണ്ണോ കാലോ തെറ്റിയാൽ
പാതാളതമസ്സിൽ.

നൂറെത്തുംമുമ്പേ ഒന്നൊന്നായി വീഴുന്നു
ഇരുക്കാലി അക്കങ്ങൾ.

ചിലപ്പോൾ
കുട്ടികൾ തമ്മിൽ തർക്കമാവും.
ആഴത്തിൽ നിന്ന്
മഹാബലി വരുന്നതും
മരണസർപ്പം വരുന്നതും
ഓർമ്മകൾ വരുന്നതും
പേടികൾ വരുന്നതും
പൂവുകളിലേക്ക്
വാസനകൾ വരുന്നതും
ഈ പടവുകളിലൂടെയാണെന്നും
അല്ലെന്നും തർക്കമാവും
കക്ഷി തിരിഞ്ഞ് വഴക്കാവും.

ആഴദൂരത്തിലെ പ്രകാശവൃത്തവും
അതിൽ സ്വന്തം കരിമുഖവും കണ്ട്
വിഷണ്ണസംഖ്യകളായി അവർ
വഴിപിരിയും.

മൺകുടവും ദുരിതപാശവും
തൊട്ടിയുമായി ഒരമ്മ വരും.
ചായയ്ക്കോ കഞ്ഞിക്കോ കുളിക്കോ
കോരിനോക്കുമ്പോൾ
നിറതൊട്ടി നിറയെ
വെള്ളത്തിന്റെ ചീഞ്ഞളിഞ്ഞ ശവം
കൊഴുകൊഴുത്ത നാറ്റദ്രവം.

മൂന്ന്

കടൽത്തവള
കിണർത്തവളയോടു പറഞ്ഞു:

ഞാൻ നോക്കുമ്പോൾ
കിണറിലെ വെള്ളത്തിന്
തൊട്ടിലിലെ കുഞ്ഞിക്കണ്ണിന്റെ തിളക്കം.
പാതിനാക്കാൽ വെറുപ്പ് മറച്ചും
പാതിനാക്കാൽ ഭംഗിവാക്കുകൾ പതച്ചും
നാമിരിക്കുന്നു.
നാം കുമിളകൾ തുപ്പുന്നു,
പല നിറമുള്ള കുമിളകൾ.
എങ്കിലും
കുഞ്ഞിക്കണ്ണിൽ പതിവുപോലെ
ഭാവി തിളങ്ങുന്നു.
ഒഡീസിയും കുഞ്ഞാലി[4]യുമുലാത്തുന്ന
സമുദ്രസ്മരണകൾ തുളുമ്പുന്നു.
ഒരു ചിരിയോളം പോന്ന കുട്ടിച്ചന്ദ്രൻ
ജലശയ്യയിൽ മയങ്ങുന്നു.
കിണറിന്റെ പൂർണവൃത്തത്തിലേക്ക്
താൻ വളർന്നു നിറയുന്നത്
കുട്ടിച്ചന്ദ്രൻ കിനാവു കാണുന്നു.

കിണറോ?
പുറത്തേക്ക് തുളുമ്പി
ലോകമാകെ നിറയുന്ന നിലാവായി
തന്നെത്തന്നെ കിനാവു കാണുന്നു. ■

4. കുഞ്ഞാലിമരയ്ക്കാർ

കൊച്ചിയിലെ വൃക്ഷങ്ങൾ

ഒരു കാലത്ത്
തൃക്കാക്കര മുതൽ
കൊച്ചിത്തുറമുഖംവരെയുള്ള വഴി
ഒരു നേർവരപോലെ
വിശ്വാസം നിറഞ്ഞതായിരുന്നു
തുറമുഖത്ത് നിന്നാൽ
തൃക്കാക്കരവിളക്ക് കാണാം.
തൃക്കാക്കരവിളക്കിനോ
നീലത്തിര നമിക്കുന്നത് കാണാം.

പണ്ടാണ്
ടിപ്പു
ഗാമ
കൊച്ചി വാണ വർമ്മമാർ
കള്ളൻ ചതിയൻ പൊളിവചനം
ജ്ഞാനപ്പഴവുമായി വന്ന പാമ്പ്
തുടങ്ങിയ വളവുകൾക്കും മുമ്പ്
അച്ചടി ഇംഗ്ലീഷ് അലോപ്പതി
തുടങ്ങിയ വേഗങ്ങൾക്കും മുമ്പ്
തൃക്കാക്കര മുതൽ
കൊച്ചിത്തുറമുഖംവരെയുള്ള വഴി
ഒരു പഴഞ്ചൊല്ലുപോലെ
നാട്ടുവെളിച്ചം നിറഞ്ഞതായിരുന്നു.

ആ വഴിയുടെ ഇരുപാടുമോ
മരമരം മരമരം മരമരം എന്ന്
മഹാമരങ്ങൾ
ചെവിയാട്ടി വാലാട്ടിത്തുമ്പിയാട്ടി
നിരനിരയായി
നിവർന്നു നിന്നിരുന്നു.

നട്ടുച്ചയ്ക്ക് തണൽമരച്ചില്ലകൾ
വഴിപോക്കർക്ക്
മൺമറഞ്ഞ പിതൃക്കളുടെ
അനുഗ്രഹിക്കുന്ന ഓർമ്മകളായി
അവയിൽ ചിലത് പിന്നെ
രാമനാമങ്ങളായി
ദേവരൂപങ്ങളായി
അസുരദംഷ്ട്രകളായി
ചിലത് വിളക്കുമരങ്ങളായി
ചിലത് മുക്കാലിയായി
ചിലത് പല്ലക്കായി
കഴുക്കോലും ചിത്രവാതിലുമായി
ഈജിപ്റ്റിലോ ഗ്രീസിലോ
ചിലത് ചന്ദനഗന്ധമായി
ചിലത് ചെണ്ടയുടെ താണ്ഡവമായി
ഉയിരുണരുന്ന കിളിപ്പാട്ടായി
'പടിഞ്ഞാറൻ കാറ്റിന് വീണ'യായി[1]
ചിലത്
പൊക്കവും പടർച്ചയും കൂടിയ മക്കളായി
കാതലും ഫലവും ക്ഷയിച്ച പരമ്പരയായി
ആഴം കുറഞ്ഞ പച്ചയായി
ചിലത് കൊടിമരങ്ങളായി
ചിലത് കഴുമരങ്ങളായി.

ചുടുകാട്ടിൽ
ചുടലബ്ഭൂതംപോലെ നിന്ന
ബോധിച്ചുവട്ടിൽ[2]
വെട്ടിനുറുക്കപ്പെട്ട സൗന്ദര്യവുമായി
പതിതകാലം കിടന്നു
മുക്തിയുടെ
ക്രൂരകാരുണ്യചുംബനം
കാത്ത്കാത്ത്.

അഭയത്തിന്റെ വിരൂപശിഖരത്തിൽ
ഇടപ്പള്ളി ദൈന്യത്തിന്റെ പതാകയായി
മണ്ണിലും വിണ്ണിലും

1. Make me thy lyre, even as the forest is. Ode to the West Wind. Shelly 1819. പടിഞ്ഞാറൻ നാഗരികതയോടുള്ള അഭിനിവേശം എന്നും.

2. ആശാന്റെ 'കരുണ'യിലെ ബോധിവൃക്ഷം 1924.

പക്ഷിക്കൂട്ടംപോലെ
ചങ്ങമ്പുഴ തഴച്ചു.
വേരിൽനിന്നു കനിയിലേക്ക് മുറുകിയ
പുള്ളുവത്തന്തിയിൽ
വൈലോപ്പിള്ളി വൈദ്യുതിയായി.
വാക്കുകളിൽ വസന്തധ്വനിയായി
പൂത്തുയർന്ന
ഒരു പാതാളവൃക്ഷമായി, പി.
വാക്കുകളുടെ മഹാബലി.
കാല്പാടുകളണിഞ്ഞ് വഴിയും
വഴിപ്പാടുകളണിഞ്ഞ് കാലുകളും വളർന്നു.
നരകാവരോഹത്തിലെന്നപോലെ
വളവുകളും ഉദ്വേഗങ്ങളും വളർന്നു.

ആ വഴിയുടെ ഇരുപാടുമോ
ചെറുതും വലുതുമായ
പുകക്കുഴലുകളുയർന്നു.
വളംനിർമ്മാണശാല
മരുന്നുനിർമ്മാണശാല
സർവകലാശാല
സാഹിത്യശില്പശാല
സിദ്ധാന്തശുദ്ധീകരണശാല
പെരുമയുറ്റ
പുതിയ പുതിയ തറവാടുകളിൽനിന്ന്
പുക ഉയരുന്നു.
നിലം തൊടാതെ,
വൃക്ഷത്തിന്റെ പ്രേതരൂപങ്ങളായി.

പണ്ടെന്റെ ചെറിയ കുളത്തിലെ
മീൻനൃത്തവും നക്ഷത്രമണലും
മറച്ചുയർന്ന പായലുപോലെ
പുക പടരുന്നു.
കാറ്റിന് കാറ്റിന് ഗതി മാറി, രൂപം മാറി
ദാർശനികമായ നാടോടിത്തമായി
ഇര തേടുന്ന വിഷമായി
കണ്ണിൽ കണ്ണിൽ
പുക പെരുകുന്നു.

ഒഴികഴിവുകളുടെ പച്ചവിറകിന്മേൽ
നമ്മുടെ ജന്മദീർഘമായ ശവദാഹം.

കെ.ജി.എസ്.

കണ്ണിൽ, മൂക്കിൽ, നാക്കിൽ,
നാം പിടിച്ച മുയൽക്കൊമ്പിൽ,
വാച്ചിൽ, ബാഗിൽ, ഭാവിക്കിനാവിൽ,
ചെരിപ്പുകൾക്കൊക്കെയും മുമ്പത്തെ
കുഞ്ഞിക്കാലടികളിൽ
സാവധാനം
പുകയുടെ തുമ്പിക്കൈ ചുറ്റിപടരുന്നു.

എണീക്കാൻ ധൃതിപ്പെടേണ്ട
സമയമുണ്ടല്ലോ
വേണ്ടുവോളം. ■

1984

കുടമറ

കുട താഴ്ത്തു-
കെതിരേ വരുന്നവനവന്റെ വഴി
പോയിട്ടുയർത്താം,
വേണ്ട കുശലശല്യം.

നമ്മെത്തുറന്നു നാം വിട്ടുള്ള
വെയിലിന്റെ തോട്ടം കഴിഞ്ഞു,
ഇന്നത്തെ സന്ധ്യപ്പൊലിമയും പോയ്,
ഇനി
ഇത്തടിപ്പാലം കടക്കണം
റൊട്ടിയും മുട്ടയും തേങ്ങയും വാങ്ങണം
വീടെത്തി ലോകത്തെപ്പുറത്തിട്ടടയ്ക്കണം.

കുട താഴ്ത്തൂ
താഴ്ത്തു ഉയരുന്നു വൻചുഴലി
ഇനി വേണ്ട ചുവടൊന്നും
ഇവിടെത്തറഞ്ഞൊട്ടിനിൽക്കാം.
കുട താഴ്ത്തൂ
താഴ്ത്തു,കെത്തുന്നു വൻചുഴലി.

കുടയെത്ര ചെറുതിന്ന്
നാമെത്ര കുനിച്ചുരുങ്ങുന്നു
നനയുന്നു പാടേ.
തികയാതെയായ് നമു-
ക്കൊരു പെട്ടിയും
കുടയും പുതപ്പും കിടക്കയും.

കിടുങ്ങുന്നു പാലം
കടക്കുന്നു കാറ്റിന്റെ പോർക്കുതിരപ്പട.
ശപിച്ചോളൂ പാലം കടക്കും വരേക്കും ക-
ണ്ണടച്ചോളൂ കാണേണ്ട.

താഴെക്കയർക്കും പ്രവാഹം.
കാണേണ്ട ചുറ്റിലെ ഭ്രാന്തും തകർക്കലും.
ഓർത്തോളൂ രസമുള്ളതെന്തെങ്കിലും: ബാല്യ-
കാലത്തെ വെയിലോ
ഒരു മാറ്റിനിച്ചിന്തോ.

ഒന്നുമോർക്കാത്തപോൽ നിന്നു നീ, പിന്നെ
ചുണ്ടുണർന്നു--ചിരിയോ?
ചെറുഗർവസുഖമുള്ളൊരോർമ്മയോ?

പറഞ്ഞു നീ:

എന്റെ മുത്തശ്ശിയെ ഓർക്കുന്നു ഞാൻ.
മാനം മറയ്ക്കും മറക്കുടയുമായ്
പണ്ട് പണ്ടൊരു മഴക്കാല-
ത്തൊരന്തിയിൽ തൊഴാൻ പോകേ,
പഴയൊരിപ്പാലത്തിൽ വന്നതും
പെരുംകാറ്റുയർന്നതും
മറക്കുട പറന്നതും, മാന-
മകലെയായ് തീർന്നതും...

"അത് പോയതെത്ര നന്നായി, ര-
ണ്ടകലങ്ങളായ നാം
അതുകൊണ്ടു കൂടിയാ-
ണിക്കുടക്കീഴിലൊരുമിച്ചതെ"-
ന്നെനിക്ക് ചിരിവന്നു.
നിന്മുഖം, പക്ഷേ, കലുഷമായ്.
ഓർത്തു ഞാൻ:
കലങ്ങിക്കയർക്കും പുഴപോലെ നിന്മുഖം
കൈക്കുമ്പിളിൽ കോരിയെന്നാൽ തെളിയും.
അതു വേണ്ട വേണ്ടാഴക്കലക്കങ്ങ-
ളൊഴുകിത്തെളിവതാണേറെ ശുദ്ധി.

മിന്നലും
പെയ്ത്തലും
മരം പിഴും കാറ്റും
പുണർന്നൊട്ടിനിന്നു നാ-
മെങ്കിലും നമ്മുടെ
കുടയും പറന്നുപോയ്.
നാമൊന്നിച്ചതിൻ തണലിലല്ലയോ
തല
പൊള്ളുന്നതന്യരറിയാതെ

ആർദ്രതകൾ വറ്റിത്തല വിണ്ടു-
പൊട്ടുന്നതന്യരറിയാതെ
മുന്നിലാളുന്ന
രൗദ്രദൂരങ്ങൾ തുഴയേണ്ടൂ.
അതിൻ പത്തിക്കീഴിലല്ലയോ
ആറിന്റെയാഴച്ചുഴിക്കൺകളെ ഗണിക്കാതെ
രക്ഷയുടെ മറുകരയി-
ലുണ്ണിയെയണയ്ക്കേണ്ടൂ.

നമ്മുടെ വേദമത്
പ്രളയത്തിലാണ്ടു മറയുന്നു.
അകന്നുമറയുന്നേരമി-
ന്നതിനെത്തിരിച്ചറിയുന്നു നാം. ■

1985

കടമ്പനാട്ട് കടമ്പില്ല

അമ്മ പറഞ്ഞു:

കടമ്പാണ് നിൻ വൃക്ഷം
മയിലാണ് പക്ഷി
നിൻ മൃഗം കുതിരയും.

പിന്നെത്തിരയലായ്
സ്കൂൾകാലമാകെ ഞാൻ:

കടമ്പെവിടെ?
മയിലെവിടെ?
എവിടെയെൻ കുതിരയും?

മുറ്റത്ത് കാലങ്ങൾ
പൂത്തു ചെയ്യുന്നതാർ? വഴി-
വക്കത്ത് വേർപ്പുകൾ
തോർത്തിത്തരുന്നതാർ?
നെഞ്ചത്ത് താളങ്ങൾ
താക്കിക്കുതിപ്പതാർ? മന-
സ്സാകേ വിടർത്തിച്ച്
നൃത്തമാടിപ്പതാർ?

രണ്ട്

കണ്ടു തെങ്ങും കവുങ്ങും
വിരണ്ടു പ-
ണ്ടാനകുത്തിയ പിലാവ്.
തേന്മാവ്,
പുന്ന പങ്കിമാവാഞ്ഞിലിനെല്ലികൾ
കണ്ടു ശീലാന്തി
കണ്ടു കോപിഷ്ഠനാം ചാര്
കണ്ടു പേരാലരയാലുമിലഞ്ഞിയും.

തളിർ തുളുമ്പുന്ന വയനകൾ, വേപ്പും
വെൺതേക്ക്, ഞാവലും
റബ്ബറും ജാതിയും.
രാമൻ പണിക്കന്റെ വേലിക്കൽ യക്ഷിക്ക്
പൂക്കളും പാലുമൊരുക്കുന്ന പാലകൾ.
കയ്ക്കുന്ന കാലങ്ങൾ തീരുവാനമ്മൂമ്മ
നെറ്റിയാലാണിയടിച്ചുള്ള കാഞ്ഞിരം
മണ്ണിലാഴത്തിലുറച്ചു നിൽക്കുന്നവ
വേരിൻ പടർച്ചയ്ക്ക് വേലിയില്ലാത്തവ
പഴവളത്തിന്റെ വീര്യമാളുന്നവ
ചോടേ സ്വകാര്യമായ് മുൾപ്പടർപ്പുള്ളവ
കണ്ണിൽ വായിൽ വയറിലും ചില വേള
ബാങ്കിലും നിറനിറോ നിറയുന്നവ
നിന്ന തടങ്ങളിൽ പട്ടടിയുന്നവ
പട്ടടിയുംവരെ താളം കെടാത്തവ.
കണ്ടു കരിമ്പന
കണ്ടു പൂവാകകൾ.
കണ്ടില്ല
കടമ്പ്,
എൻ കടമ്പനാട്ടെങ്ങും.

എങ്കിലും ഞാനെത്തി രാത്രിതോറും കൃഷ്ണ-
കാളിന്ദി പാടുന്ന പാട്ടിൻ നിലാക്കരെ.

സ്കൂൾകാലമങ്ങനെ കഴിഞ്ഞുപോയ്.
പോക്കറ്റിൽ
ബാക്കിയായ് ചോദ്യങ്ങൾ:

കടമ്പെവിടെ?
മയിലെവിടെ?
എവിടെയെൻ കുതിരയും?

മൂന്ന്

പിന്നെ,
പഠിപ്പും കഴിഞ്ഞ്
പല നാടലഞ്ഞ്
പണിയും കിട-
ഞ്ഞകലെ വൻനഗരിയിൽ
പാർപ്പും തുടങ്ങി ഞാ-
നൊരു ദിവസമുച്ചയ്ക്ക്

പാർക്കിലെ ബെഞ്ചിൽ കക്കാടിന്റെ
യക്ഷനെ നേരെ കണ്ടിരിക്കുമ്പോൾ
അതാ മുന്നിൽ:
നെഞ്ചിലൊരു കരിംതകിടിൽ
സ്വന്തം പേരുമായൊരു
വൃദ്ധനാം പൊലീസുപോ-
ലിച്ഛാശൂന്യനായ്
നിൽക്കുന്നു നെടുങ്കനൊരു
നീലക്കടമ്പ്! ■

അന്യാധീനം

പറയാത്ത പ്രിയവാക്ക്
കെട്ടിക്കിടന്നെന്റെ
നാവു കയ്ക്കുന്നു.
പോകാത്ത നേർവഴികൾ
ചുറ്റിപ്പിണഞ്ഞെന്റെ
കാൽ കനക്കുന്നു.
ചൊരിയാത്ത വെട്ടങ്ങൾ
മൂടിക്കിടന്നെന്റെ
കണ്ണു മങ്ങുന്നു.
തെളിരുചികളെല്ലാം കലങ്ങുന്നു
ചിരിവർണമൊക്കെയും
കെട്ടുമായുന്നു.

കെട്ടുമായുന്നു
മുദ്രതാളങ്ങളറിയും വിരലുകൾ
നൃത്തവേഗങ്ങളറിയും കഴലുകൾ.
കെട്ടുമായുന്നു കളിവീട്
കെട്ടുമായുന്നു
കുയിലിനെച്ചൊടിപ്പിച്ച്
കൂവും കറുമ്പന്റെ
ചൊടിയെഴും കൂവലിൻ നീളം
നെടുമണൽപ്പാതയായ് മാറത്ത്
ചൂടിക്കുളിർന്നിടുമെള്ളുകണ്ടങ്ങൾ.
കെട്ടുമായുന്നു നാട്ടുപാഠങ്ങൾ
കെട്ടുമായുന്നു നാടൻഗുരുക്കൾ.

അലസം, ഉദാസീനം,
നാടു കാണാൻ വരും
ഇക്കടൽക്കാറ്റ് മരണമാകുന്നു.
അനുനിമിഷമിയറിവുമായ്
ഓരോരോ കണമായ് നിരന്തരം.

താണ്ഡവതരംഗമാം ജട മാഞ്ഞ്
കല മാഞ്ഞ്
തീമിഴികൾ മാ,ഞ്ഞസംസ്കൃത-
മാദികൽത്തുണ്ടായ്
കെട്ടുമായുന്നു നടരാജൻ,
കെട്ടുമായുന്നു ചിദംബരം.
പാണ്ഡവരഥങ്ങൾ, ഗുഹക്കോവിൽ,
പാറമേലൊരു നുള്ളു
മൺതരി പുലരുംതടം —അതിൻകയം
ഏകാന്തയാഗമായ്
പൂക്കുന്ന തത്ത്വവും കെട്ടുമായുന്നു
കെട്ടുമായുന്നു മഹാബലിപുരം.
ഇത്തിരിപ്പൂക്കൾ, ചുവന്ന ബോധങ്ങളും
കെട്ടുമായുന്നു മായുന്നു തൃച്ചംബരം.
കെട്ടുമായുന്നു കയ്യൂർ,
കെട്ടുമായുന്നു നവഖലി, അതിവേഗം
കെട്ടുമായുന്നു ഭോപ്പാൽ.

കൺ, മൂക്ക്, ധീരചിഹ്നങ്ങളും
നിശിതായുധങ്ങളും
വീരകർമ്മങ്ങളും
ധർമ്മവ്രതങ്ങളും
കെട്ടുമാഞ്ഞ് പുരാതന-
മഹാശില്പങ്ങൾ വെറും ശിലയായി,
ഞാനായി.

വാക്കുമർത്ഥവും ജടായു-
ച്ചിറകും മുറിപ്പെട്ട്
ലിഖിതങ്ങൾ വെറും
ശിലയായി
ഞാനായി.

പിന്നെ —
പോകാതെയായ് ഞാനെവിടെയും.
അച്ഛനോടൊത്ത് പാടത്തോ
അമ്മയോടൊത്ത് കാവിലോ
കൂട്ടുകാരൊത്ത് സാഹസശൃംഗത്തിലോ
വീടരോടൊത്ത് ലയകലഹങ്ങൾതൻ
നഗ്നനേരത്തിലോ.
പോകാതെയായ് ഞാ-
നകത്തേക്കോ
പുറത്തേക്കോ.

കെട്ടുമായുന്നു മൈത്രികൾ, സൽക്കാര-
വാക്കിലേറുന്നു നാറും പുകച്ചുവ.
വല്മീകമല്ലെന്റെയുടൽമൂടി വളരുന്നു
ഞാനെന്ന കൽക്കൂട്
ഞാനെന്ന നഗരം
ഞാനെന്ന ഞാനെന്ന
യുവവൃദ്ധകാലം, ചോര
കയ്ക്കുന്ന കൂരിരുൾ ബ്രഹ്മം.

അകപുറങ്ങൾ തന്നേറ്റവു-
മാകുലമായ കലക്കമൊകുന്നു ഞാൻ.
ഞാനെന്റെ, ദംഷ്ട്രകൾ
ഉറങ്ങുന്നതിൻമു-
മ്പെടുത്തു മാറ്റുന്നു
കഴുകുന്നു വായ.

പിന്നെ
വഴികളെല്ലാം നിറഞ്ഞെത്തുന്നു
മക്കളില്ലാത്ത വീടിന്റെ മൗനം
പൊരുളുദിക്കാതെ
തളരുമിരുളിലെ ശ്ലഥധ്യാനം
തെളിമ ദാഹിച്ച് പൂന്താനപാനം.

പിന്നെയദ്ഭുതം!
ഒഴുക്കാവാതെ
ഒഴുക്കിനൊപ്പമാവാതെ
ഒഴുക്കിനെതിരുമാവാതെ
മനസ്സ് വാക്കാകാതെ,
വേരുകൾ ശിഖരങ്ങൾ
മണങ്ങൾ മധുരങ്ങൾ
കൊഴിയലുകളുലയലുകളെല്ലാമെങ്ങനെ
ഗൂഢമാക്കുന്നു ഞാൻ!
എങ്ങനെയൊരു തീരാശ്ശിലാ-
കൂടമാകുന്നു ഞാൻ!
എങ്ങനെ
മീനച്ചൂടിന്റെ മൂർത്തിയാകുന്നു ഞാൻ!
മിഥുനക്കുളിരിന്റെ ചുളിവാകുന്നു!
എങ്ങനെ
കൊടുങ്കാറ്റിന്റെ
പെരുമ്പറ,

തുള്ളിക്കളിക്കും കുഞ്ഞാടിന്
കളിയാനതൻ മുതുക്,
ദൂരങ്ങൾ കാട്ടിത്തരും വാത്സല്യത്തിന്റെ
കൊടുമുടി,യാകുന്നു ഞാൻ!

ചുഴിഞ്ഞുനോക്കുന്നവർ-
ക്കനന്തമാകാരനിക്ഷേപം.[1]
കഥകളോർക്കുന്നവർ-
ക്കെന്നും കരളുദിച്ചീടും
ധീരമാനുഷസ്തൂപം.[2]

പിന്നെ—
പുലരുന്നതിന്നേറെമുമ്പാരോ
പടി കടന്നെത്തുന്നു
മൂഢം കിനാവോ?
പുലർച്ചവണ്ടിക്കു വന്ന
പൂർവകാലത്തെ മിത്രം സഖാവോ?
പടി കടന്നെത്തുന്നു
പീഠത്തിലമരുന്നു
സിഗരറ്റിലെരിയുന്നു, ലോക-
പരിഹാസമൂർച്ഛയിൽ സ്ഖലിതനാകുന്നു
സൂഖവേഷധാരിയാം തോൽവി.

അവനോട്
പറയാത്ത തെറിവാക്ക്
കെട്ടിക്കിടന്നെന്റെ
നാവ് പൊള്ളുന്നു. ■

1. ജീവചരിത്രത്തിലെ വ്യക്തിത്വബഹുത്വം

2. പ്രൊമെത്യൂസ്

മെഴുക്ക് പുരണ്ട ചാരുകസേര

ഒറ്റയ്ക്ക് മൃഗശാല കാണുന്നതിൽപര
മില്ലാ വിരസത; അതിൽപരം
വിവശതയുമില്ല.

ഒറ്റയ്ക്ക് കാണുമ്പോൾ ജീവിക-
ളാരായും കുശലങ്ങൾ.
കരയിലാകാശത്തിൽ
കടലിലുമുള്ള
വിഹാരസൗഖ്യങ്ങൾ.
വീട്ടുതൊഴുത്തിലെ
വിചാരമൗഢ്യങ്ങൾ

രണ്ട്

കാണരുത് മൃഗശാലയേകനായ്, നഗരത്തിൽ
ഞാനിന്നു വന്നതതിനല്ല.
ഇവിടെയുണ്ടെന്റെയാത്മമിത്രം ഞങ്ങ-
ളെന്നേ പിണക്കസ്സുഖത്തിൽ.
അതുമടുത്തത്രെയിന്നെത്തി ഞാൻ, നേരമായ്,
ഇനിയല്പമാകാമിണക്കദുഃഖം.

മൂന്ന്

അറിയുന്നു പറയാതെ
നാം തമ്മിലെല്ലാം
നാം തമ്മിലല്ലാതെ
യുക്തിയുക്തം നമ്മ-
ളാരേ ശരിക്കും വെറുക്കും?
എതിരായി നാം നമു-
ക്കെന്നോട് ഞാൻ തന്നെ
നിന്നോട് നീ തന്നെ
ഏഷണികൾ പലപാട് ചൊല്ലി.

ചില്ലുകളിലഴുക്കും മെഴുക്കും പുരട്ടി നാം,
നമ്മുടെ ദർശനം മ്ലാനമായ്,
ഓർമ്മകൾ
മധുരം കുറഞ്ഞ് മകിണ്ടതായ്,
എത്രയു-
മസഹ്യവ്യംഗ്യം നിറഞ്ഞന്യോന്യ-
ശ്രവണവുമശാന്തിയായ്.

രുചിമാറി, മൊഴിമാറി
കൊടിമാറി, അവനിന്ന്
ഞാനെന്ത് കരുതേണ്ടൂ കൈയിൽ?
അവിലല്ല, കുരിശല്ല, വാഴ്ത്തല്ല, വരമല്ല
സാർത്രല്ല, മാർക്സല്ല
ഞാനെന്ത് കരുതേണ്ടൂ കൈയിൽ?
അവനിന്നു പ്രിയകരം
ഏറ്റം മദകരം
ആരോ പറഞ്ഞു: പാട്ടിന്റെ കാസറ്റുകൾ.
അതിലവന്നുണ്ടത്രെ
ചിതറാത്ത യോഗം.
കൊടിപിടിച്ചലയടിച്ചങ്കങ്ങളാടാതെ
അതിലവൻ നേടുന്നു മുക്തിസാരം.
അതിനാലേ വന്നെന്റെ കൂട്ടിന് രാമനാഥൻ
വന്നു ശെമ്മാങ്കുടി
വന്നു സന്താനം.

നാല്

അതേ തുറന്ന ചെറുജാലക, മതിനടു-
ത്തണ്ണാർക്കണ്ണൻ വരയണി-
ഞ്ഞതേ ചാരുകസേരതൻ വിളി.
മെഴുമെഴെ മെഴുക്കടി-
ഞ്ഞകവീട്ടിക്കാതലൊക്കെയും മറ-
ഞ്ഞീ നിമിഷമീ ജനലഴികളിലൂടെ
വിരലെത്തുമത്രയുമടുത്തെങ്കിലും
എത്രയോ
മലിനചമയങ്ങൾക്കകലെയാ-
ണതിൽ ചാരിയിരിപ്പതിൻ ലയം.

അതിലില്ല വായിച്ചിരിപ്പവൻ, സ്നേഹ-
മറിവാക്കിയോൻ, അറിവ് ധീര-
സമരങ്ങളായ് വിതച്ചോൻ.

വിളവായതിൽനിന്ന്
ചെറു ചെറുതണലിൻനിര
വിളഞ്ഞില്ല പക്ഷേയതിൽ നൂറല്ല
പത്തല്ല മേനിയുമിണക്കം.
ഇല്ലാതെയായ്
പണ്ടിവിടെയൊരു വിളക്കിന്റെ
തിരികളായ് കത്തിയോർ.
പ്രാണനേക്കാൾ പ്രാണനായ്
ഉയരെ വിശ്വാസമാളിയോർ.
അവർതന്നെയഗ്നിശലഭങ്ങളായ്
പിന്നെ വരവായ കാളാഗ്നിനിയമങ്ങളിൽ.

ചിലർ തടങ്ങലിൽ
ചിലർ വിഷങ്ങളിൽ, കാല-
മന്ദത മടുത്തവർ
ഭ്രാന്തിന്റെ കുത്തൊഴുക്കിൻ
നിശിത പാളങ്ങളിൽ.
നമ്മുടെയറുപാപമറവിതൻ
നാറുമന്ധകാരത്തിൽ.
ഇല്ലാതെയായ് പറയാതെയന്യോന്യ-
മെല്ലാമറിയുവോർ. കുറഞ്ഞു
പറഞ്ഞാലുമറിയോവർ.
പെരുകി
വേണ്ടാത്തതേ കേൾക്കുന്ന പാഴ്ക്കാതുകൾ
വെറുപ്പേ ദഹിക്കുന്ന പാഴ്വയറുകൾ
വെറുപ്പേ വസിക്കുന്ന പാഴ്വീടുകൾ
വെറുപ്പേ!
സ്വാദിന്
നന്ദിക്ക്
സത്യാഗ്രഹത്തിനും പോരും
വെറും ഉപ്പല്ല.
വാഴ്വിന്റെയാഴി കടഞ്ഞുളവായ
പൊരുളാണ് നീ.

അതേ പഴയവീടതേയുറുമ്പുകൾ,
ഗൗളി, കൂറകൾ
ഈച്ചകൾ
ഇരുട്ടിലെ എലിപ്പേച്ചുകൾ
അതേ ചെരിനോട്ടക്കാക്കപ്പകൽ

അതേ നിഴലുക-
ളയലനക്കങ്ങളെല്ലാ-
മതേ പഴയതാളത്തിൽ.

അവനില്ല
പോയവനെവിടെയോ, താഴിട്ട്
വീടിന്റെയുള്ള് പൂട്ടി.

അഞ്ച്

വരട്ടെ
എവിടെയോ പോയവൻ
വരുംവരെയൊറ്റയ്ക്ക് ഞാൻ
ചുറ്റിനടക്കാം മൃഗശാലയിൽ.

ഓരോരോ തടവറയുടെ
ആരൂഢപീഠങ്ങളിലിരുത്തിയോ-
രിത്തിരി ചലിക്കും
ഗതികിട്ടാപിതൃപ്പേടിരൂപങ്ങൾ.
അഴകുമാവേശവും
അഴികളിൽ മറയുന്നു
ഭയവുമവിശ്വാസവും
മിഴികളിലിരുളുന്നു.
വന്നു പോന്നവരിൽ മൃഗശാല
മക്കളെത്തിരയുന്ന
വെമ്പലെരിയുന്നു ചില കണ്ണിൽ
ചിലതിന്ന് ഭാഷ കൺതിളക്കത്തിൽ
നനവാർന്നു താഴുന്ന മൗനപ്രകാശം
ചിലതിന് മുഷിഞ്ഞ നോട്ടം
ചിലതിനെന്തോ മറന്ന നോട്ടം
ചിലതിന്റെ നോട്ടം നേത്രഗാനം.
ചിലതു പാട്ടിലൂടഴികളെല്ലാം കട-
ന്നുയരാ, നുടലിൽനിന്നും
മനസ്സ് കൊത്തിമാറ്റുന്നു.

അവ തന്നഴലണി-
ഞ്ഞാരോടുമിണങ്ങാതെ
അവിടെയൊരാദിമമഹാമൃഗംപോലെ
കിതയ്ക്കുമേകാന്തത.

കാണരുത് മൃഗശാലയേകനായ്,
നഗരത്തിൽ
ഞാനിന്ന് വന്നതതിനല്ല. ■

പല പോസിലുള്ള ഫോട്ടോകൾ

സാറിനെപ്പോലുള്ളവരുടെ
പല പോസിലുള്ള ഫോട്ടോകൾ
വേണം സാർ.
ചാഞ്ഞും ചരിഞ്ഞും
നിന്നും നടന്നുമുള്ളവ.
ചിരിച്ചും ചിന്തിച്ചും വരച്ചും മിഴിച്ചും
വലിച്ചും വായിച്ചും എഴുതിയുമുള്ളവ.
ഇണയെ, മക്കളെ,
ഇനി വേർപിരിയാനാവാത്ത
ശത്രുസഖാക്കളെ
വാരിപ്പുണരുന്നവ.
അടുത്തും അകന്നുമുള്ള പല പോസിലുള്ള
ഫോട്ടോകൾ വേണം സാർ.

ഇന്ന് പിറന്ന കുഞ്ഞിന്റെ മുന്നിലോ
കൊനാരക്കിലോ
ബേലൂരിലോ
ചുടലത്തീയുടെ അരികിലോ നിന്ന്,
മരിക്കാത്തതെന്തുള്ളൂ മനസ്സേ
എന്നു പൊള്ളുന്ന,
അകം കലങ്ങി
ആഴം വളർന്ന്
അകലെ ലക്ഷ്യം തെളിഞ്ഞ്
തടം തല്ലി നിറഞ്ഞൊഴുകുന്ന
നാട് നേടാൻ മഴു ചുഴറ്റുന്ന
ജാഥ നയിക്കുന്ന
കല്യാണത്തിന് കൈ കുലുക്കുന്ന
വിജയത്തിന് വണങ്ങുന്ന

ഇഷ്ടകർമ്മങ്ങളിൽ പൂത്തുലയുന്ന
വ്യർത്ഥഭാരങ്ങളിൽ വീർപ്പുമുട്ടുന്ന
പല പോസിലുള്ള
ഫോട്ടോകൾ വേണം സാർ.
നമ്മെ കണ്ടിട്ടില്ലാത്തവരും
നിരന്തരം കാണുന്നവരും
നാം തന്നെയും
കാണട്ടെ.
ഋതുക്കളിലൂടെ നാം
എന്താടുന്നു പാടുന്നു എന്ന്
അവതാരങ്ങളിലൂടെ നാം
എന്ത് സൃഷ്ടിക്കുന്നു
സംഹരിക്കുന്നു എന്ന്.
ആളുകൾ കണ്ടുകണ്ടാണ് സർ
കടലുകൾ ഇത്ര വലുതായത്
പുഴകൾ ഇതിഹാസങ്ങളായത്.

രണ്ട്

ഫോട്ടോ എടുത്തെടുത്ത്
തന്റെ മുഖം തേഞ്ഞുപോയി എന്ന്
വൈക്കം മുഹമ്മദ് ബഷീർ ദുഃഖിക്കുന്നു.
പക്ഷേ, ഒന്നോർക്കണം സാർ,
അതേ വിദ്യകൊണ്ട് തുടുത്തുദിച്ചവരാണ്
നമ്മുടെ നേതൃതാരങ്ങൾ.
അറിയാത്തമസ്സിൽനിന്ന്
ആരും തൊഴുന്ന ജ്യോതിസ്സിലേക്ക് ജയിച്ചവർ
അധികഫോട്ടോ അധികജ്യോതിസ്സ്
എന്നാണ് സർ.

ഒറ്റ സ്നാപ്പിൽ ഒതുക്കാനാവില്ല സർ
ഒരു ജന്മത്തിന്റെയും സത്യം.
ഒരിക്കലെങ്കിലും
ഒരു ഫ്ളാഷിൽ കുളിച്ചിട്ടില്ലാത്തവർ,
ഒരാൾക്കൂട്ട ഫോട്ടോവിൽപോലും
പെട്ടിട്ടില്ലാത്തവർ,

കോടാനുകോടികൾ,
ജനിച്ചിട്ടേയില്ലാത്തതിന് തുല്യം
അവരുടെ ജന്മം
അരൂപതിമിരവിസ്താരം.

മൂന്ന്

“ക്യാമറയെ നോക്കുമ്പോൾ
എനിക്ക്
എന്തിനെന്നില്ലാത്ത വേവലാതി.
അതിന്റെ
നാക്കും മൂക്കും
കാതുമെല്ലാമായ
ഒറ്റക്കണ്ണ്,
ലോകപ്രവാഹത്തിന്റെ
സൂര്യരൂപമായ ചുഴി
അതിന്റെ കേന്ദ്രത്തിൽ
ഒരു ഇരുൾ തുരങ്കം
അതിൽ
ഉറഞ്ഞു തുള്ളുന്ന
ക്രൂരയായ ലോകദ്രോഹവിചാരക...
ക്യാമറയിലേക്ക് നോക്കുമ്പോൾ
എന്റെ കണ്ണ്
എന്റെ കണ്ണിലേക്കു വരാതെ മാറുന്നു.
ചുണ്ട്
ചുണ്ടിലേക്ക് വിടരാതെ കൊഴിയുന്നു.
മറ്റാരുടെയോ
ചെവിയെടുത്തുവെച്ചതുപോലെ
ചെവി
ചേരാതെ ചൊറിയുന്നു.
ഒരീച്ച വന്നിരുന്ന്
മൂക്ക്
പാതാളത്തിലേക്ക്
ചവിട്ടിത്താഴ്ത്തുന്നു.
ഒന്നിനെത്തന്നെ നോക്കിയിരിക്കുമ്പോൾ ഞാൻ
അനേകരായി പൊട്ടിപ്പിരിയുന്നു.
പുഴയുടെ ഒരുമ വേണ്ടപ്പോൾ ഞാൻ
മഴയുടെ ചിതറലാവുന്നു.”

നാല്

താങ്ക്യു സ്
കുറേക്കൂടി വേണം, സർ.
വെയിൽപ്പരപ്പിൽ
ഒരേയൊരു തണൽമരമായി
ഇരുൾതീരത്ത് ദീപസ്തംഭമായി
ഊട്ടിയിലോ കാശ്മീരിലോ
പുതുപൂവുമായി,
പുറമേക്ക് ലെനിനായി
പൂജാമുറിയിൽ പൂന്താനമായി
എഴുന്നെള്ളിപ്പിൽ തിടമ്പായി
കൊമ്പായി
തുമ്പിയായി,
തർക്കാന്ധതയിൽ
ലോകത്തെ തളച്ചിടാൻ
വേണം സർ
പല പോസിലുള്ള ഫോട്ടോകൾ. ■

1988

ശബ്ദാസുരത്തിന്റെ നഗരത്തിൽ

ഒരുപറ്റം കാതുകൾ
മൗനത്തെ ദത്തെടുക്കാനലയുന്നു,
ശബ്ദാസുരന്റെ നഗരത്തിൽ.

പ്രണയമോ
പണയമോ
പി.എഫ്. ലോണോ
പാറക്കൂട്ടമോ
വൻതടാകമോപോലെ
പെട്ടെന്ന്

ആവിയായി മറയാത്ത മൗനത്തെ
കൊത്തിക്കൊത്തി ശില്പങ്ങളോ
കോരി നനച്ച മധുരങ്ങളോ
വിളയിക്കാനാവുന്ന മൗനത്തെ. ■

മണൽക്കാലം

പുഴയ്ക്കക്കരയിൽ നിന്റെ നാ-
ടിക്കരയിലെന്റെയും.

ഓർക്കുന്നു ഞാൻ, ചങ്ങാതി
ഒരേ മണലിൽ കളിച്ചും നിഴലളന്നും കുഞ്ഞു-
നേരങ്ങളോടി നിറഞ്ഞു നാം.
ഒരേ കുളിരിൽ കുളിച്ചും
പുഴമണലിൽ ദൈവത്തി-
നെണ്ണയും പാലുമായ്
പോകുമൊരു
പുഴുവിന്റെ തീരാത്ത വെമ്പൽ കണ്ടും
ഇനിയേത് ശവമെന്നൊ-
രാധിയില്ലാതുയരെ വാഴും
കഴുകന്റെ ചുടലപ്രശാന്തികണ്ടും
ആറ്റുതീരത്തെ അമ്പിളിടാക്കീസിൽ
ആരോമൽചേകോന്റെ വീറുകണ്ടും
മൂകനാഗങ്ങളിരുട്ട് പാടുന്ന
കാവുകണ്ടും യക്ഷിവാഴും
പാലകണ്ടും വേലകണ്ടും
ജാറ കണ്ടും ജഢം കണ്ടും
ഒരേ പുഴതന്നെ പലനിറം കര-
കവിയുന്ന കണ്ണിനാൽ കണ്ടും
പുഴമണലിൽ വായിച്ചു
കാലങ്ങളന്നു നാം.

രണ്ട്

ഓർക്കുന്നു ഞാൻ, ചങ്ങാതി,
നാട്ടിലെ ക്ലാസിലോ
നഗരത്തിലെ വഴിയിലോ പഠിച്ചു നാം
ഇത്തിരിത്തുഞ്ചനും കുഞ്ചനും ന്യൂട്ടനും

ഇത്തിരി ബുദ്ധനും ഗാന്ധിയും മാർക്സും
ഇത്തിരി ഘട്ടക്ക്, റേയും, ഗൊദാർദും
ഇത്തിരി മഴത്താളം
ഇത്തിരി വെയിലിൻ സപ്തസ്വരം
ഇത്തിരിതത്ത്വവും
തെറിയും പുരാണവും - നമ്മൾ
വായ തുറന്നാൽ പതിന്നാല് ലോകങ്ങളായ്.
നമ്മളും ചൂടി നെറുകയിൽ
യുഗദർശനത്തിന്റെ
മയിൽപ്പീലിത്തിരുമിഴി.

മൂന്ന്

ഓർക്കുന്നു ഞാൻ
ദിനരാത്രദീർഘമാം
നമ്മുടെ വാഗ്‌വിഹാരം.
വാക്ക് ചിറകായ്
അറിയാപ്പെരും വാനിൽ,
മിഥ്യകളുടെ പൂങ്കാവനങ്ങളിൽ,
'നാം നിരർത്ഥക'രെന്ന
പേടി തൻ കയങ്ങളിൽ.
വാക്ക് വീടായി
നമ്മുടെ കടംകൊണ്ട
പുരുഷാർത്ഥങ്ങൾക്ക്, നാ-
മതിൽ മയങ്ങുമ്പോൾ
നടുക്കും കൊലച്ചോരമുഴക്കമായ്
പിന്നെ ഉദയമായ് വരവായ്
കൽക്കത്തയിൽ ബീഹാറിൽ
ആന്ധ്രയിൽ വയനാട്ടിലും - വിശപ്പിന്റെ
കാട്ടിരുളിലാളിയ സ്നേഹഖഡ്ഗങ്ങൾ.
അവ
നമ്മുടെയലംകൃതസ്വപ്നഭാഷയിൽ കാല-
പരുഷജ്വലനമായ്.

മൃതിയെസ്സഖാവാക്കിപിന്നെ-
യിറങ്ങിക്കടന്നൂ നാം ഭയക്കയം.
ജയിച്ചു കടന്നൂ നാ-
മൊളിപ്പോരിന്നാരണ്യകം.
കയറി ക്രോധക്കൊടി നാട്ടി നാം, ഉത്തുംഗ-
മുക്തിബോധത്തിൽ, നമ്മുടെ
സ്വപ്നസ്വർഗത്തിൽ.

അവിടുന്നല്ലോ നമ്മ-
ളുന്മത്തരായ് താഴേ-
ക്കുരുട്ടിയീ ജന്മത്തിൻ പെരുമ്പാറ.
അവിടുന്നല്ലോ നമ്മൾ
ചിതറീ നഗരങ്ങളി-
ലലയും വീററ്റ വിജ്ഞച്ചിരികളായ്.

നാല്

പിന്നെ ഞാനറിയുന്നു
രണ്ടു പേർക്കിടയിലൊരു പുഴയുണ്ട്,
നാമെപ്പോഴു-
മക്കരയുമിക്കരയുമിരുന്നല്ലയോ
തമ്മിൽ ചിരിപ്പതും കോപിപ്പതും.
രണ്ടുപേർക്കിടയിലൊരു പുഴയുണ്ട്
നാം തമ്മിലൊരുനാളും പറയാത്ത
നമ്മുടെ സ്വകാര്യ-
സ്വകാര്യസ്മൃതികളായ്, നമ്മി-
ലാഴത്തിലാഴത്തി-
ലൊഴുകുന്നൊരഗ്നിവാഹി.
രണ്ടുപേർക്കിടയിലൊരു പുഴയുണ്ട്,
പ്രേതരൂപം പോലിരുകൺകളിൽ മാത്രം
വിറെതെ തുറെുന്നതാമ്പ് തെളിയും
പാപച്ചുഴികളായ്,
നാമേറ്റമൊളിക്കുന്ന
പതനഭയങ്ങളായ്, നമ്മി-
ലാഴത്തിലാഴത്തി-
ലൊഴുകുന്ന മൃത്യുവാഹി.
രണ്ടുപേർക്കിടയിലൊരു പുഴയുണ്ട്,
നമ്മുടെയാഴവുമഴകുമഴുക്കുമായ്
നമ്മെക്കുറിച്ചുനാ-
മറിയു,മറിവുപോൽ
കലങ്ങിയ മൗനമായ്
തീരാപ്പിടയലായ്,
വേരുകളാലെ നാം
കെട്ടിപ്പിടിച്ചു വെച്ചുള്ളൊരീ സ്വത്വമാം
ഇത്തിരിപ്പിതൃമണ്ണുമൊലിപ്പിച്ച് നമ്മെ
കടപുഴക്കീടുന്ന
പ്രളയവിക്ഷോഭം.

രണ്ടുപേർക്കിടയിലൊരു
പുഴയുണ്ട്: നമ്മെ

രണ്ടുപേരാക്കുന്ന ഭേദധാര.
രണ്ടുപേരാണ് നാം,
എങ്കിലും ചിലവേള
പുഴവറ്റും നാമൊറ്റ
വൻകരയാണെന്നൊ-
രദ്വൈതമരുപ്രഭാവിസ്തൃതി
തെളിഞ്ഞു നാം കാണും.
ദാഹാർത്തമൊരു വൃദ്ധ-
നാവായി നമ്മെയത്
കേണും പറഞ്ഞും വിളിക്കും.

അഞ്ച്

പിച്ചനടന്ന
പുഴമണലിൽ തിരിച്ചിന്ന്
വർഷങ്ങൾ താണ്ടി വന്നെത്തുന്നു നാം,
ടൂറിസ്റ്റ് വർണഭാണ്ഡങ്ങളായ്.

എത്രവേഗങ്ങ, ളാഴങ്ങൾ, നദീതട-
ദീർഘയാത്രകൾ, മാമാങ്കങ്ങൾ, പൂവിളികൾ
വഞ്ചിപ്പാട്ടലകളും
വറ്റിമാഞ്ഞിട്ടാ-
ണുദിച്ചുയർന്നതീ മണൽക്കാലം.
ഭൂതഭാവികൾക്കിടയിൽ നാമുയർത്തുമീ-
വിസ്തൃത മണൽപ്പാലം.

ഇതാ,
മണൽമാത്രമായ മണൽ.
നിശ്ചലം, നിരുന്മേഷം, ഉപചാര-
വളവുറ്റ ഭംഗിതല്പങ്ങൾ.
ഇത് ലയശൂന്യമാം തിങ്ങിപ്പാർക്കൽ
ഇതിനില്ലൊഴുക്കിന്റെയുത്സവധന്യത.
ഇത് കർമ്മശൂന്യമാം വാഴ്വ്
ഇതിനില്ല മണ്ണിന്റെ വളക്കൂറും
വീര്യധാതുക്കളും.

നാമിറങ്ങുന്നൂ
മധ്യവയസ്സുപോ-
ലൊഴുകാതെയൊഴുകും
ശരത്പ്രവാഹത്തിൽ:

മുട്ടറ്റമേയുള്ളൂ
ഭൂതകാലക്കുളിർ. ■

1989

തിരസ്കാരം

ഒരിക്കൽ ഒരു മഹർഷി
കോഴിക്കുഞ്ഞിനെയും കാക്കക്കുഞ്ഞിനെയും
അടുക്കെ വിളിച്ചുപദേശിച്ചു:

അറിവാണ് ചിറകുകൾ.
ചിറകുറയ്ക്കാതെ പറക്കരുത്.
ആഴം ഇരുളുന്ന തടാകങ്ങൾക്ക് മീതേ
കവണക്കൈകളുള്ള ചന്തകൾക്ക് മീതേ
തോക്കിൻകണ്ണുള്ള നഗരങ്ങൾക്ക് മീതേ
പക്വത വരാതെ പറക്കരുത്.

കോഴിക്കുഞ്ഞ്
വരിക്കപ്ലാവിന്റെ തണൽവൃത്തത്തിൽ
നെല്ലും പതിരും ചികഞ്ഞു:
പക്വത വന്നിട്ട് പറക്കാം.

മഹർഷിയുടെ ഓരോ വാക്കിനും
ഓരോ ശവപ്പെട്ടിയുടെ ആകൃതിയെന്ന് പറഞ്ഞ്
കാക്കക്കുഞ്ഞ് പറന്നു പോയി.

കനികളുടെ പുതുമയിലേക്ക്
കുഞ്ഞുങ്ങളുടെ ഉണർവുമായി,
എച്ചിലിന്റെ പഴമയിലേക്ക്
പിച്ചക്കാരിയുടെ നാവുമായി,
നനഞ്ഞ കൈകൊട്ടുന്ന ശ്രാദ്ധമുറ്റത്തേക്ക്
പിതൃക്കളുടെ കണ്ണുകളുമായി,
മഴയുടെ ആഴത്തിലേക്ക്
മത്സ്യത്തിന്റെ മതവുമായി,
വെയിലിന്റെ ദൂരത്തിലേക്ക്
അമ്പിന്റെ ലക്ഷ്യവുമായി,
അത് പറന്നു.

മയിലിനോടും
കുയിലിനോടും
അരയന്നത്തോടും തോറ്റ്
ജനകീയതയിൽ ജയിച്ച്
വെളിച്ചത്തിൽ വിശ്വസിച്ച്
കറുകറുത്ത് വളർന്ന്
അതൊരു വലിയ കാക്കയായി
ഭൂമിയിലും ആകാശത്തിലും
അതിന് വഴികൾ അവസാനിച്ചില്ല.

വരിക്കപ്ലാവിന്റെ തണൽവൃത്തത്തിൽ
കോഴിക്കുഞ്ഞ് പന്തങ്ങളണിഞ്ഞു.
മുറ്റത്തും ഇറയത്തും
ഇടനാഴിയിലും മുറികളിലും
കയറിയിറങ്ങി
വീടിന്റെ വ്യാകരണത്തിൽ രസിച്ചു.
ഓർമ്മയും മോഹവും പേടിയും ചികഞ്ഞു
നാണിച്ചും മടിച്ചും മേനി ഭാവിച്ചും
തടിച്ചു കൊഴുത്തു.

പഠിച്ച് പക്വത നേടിയവർ
ബുദ്ധിയുള്ള വിശപ്പുമായി വന്ന്,
പിടിച്ച്,
ചന്തങ്ങളഴിച്ചെറിഞ്ഞ്,
തിന്നു. ■

1991

പ്രൊഫസർ വിവിധഗമനന്റെ ഒരു വിചിത്രാനുഭവം

മലയാളം എം.എ. ക്ലാസ്സിൽ
പ്രഫസർ വിവിധഗമനൻ
സംസ്കാരചരിത്രം പഠിപ്പിക്കയായിരുന്നു.
പ്രാകൃതാരാധനാരീതികളെപ്പറ്റി.

".......അങ്ങനെ വൃക്ഷം, സർപ്പം, സൂര്യൻ
തുടങ്ങിയവ ദേവതകളായി.
പിന്നെ ഒരു വൃക്ഷവും വൃക്ഷം മാത്രമല്ലാതായി.
ഒന്നും ഒന്നിൽ മാത്രം ഒടുങ്ങാതായി.
വാക്കിലും വസ്തുവിലും
ചൈതന്യം ഒരാന്തരാകാശമായി..."

വാഗ്ധാര മുറിയാൻ പെട്ടെന്ന്
ഒരൊച്ച കാരണമായി.
പ്രൊഫസറുടെ മുന്നിലെ മേശ
പശുവിന്റെ ഒച്ചയുണ്ടാക്കി.

പശു ദാഹിച്ച് അമറുന്നതുപോലെ
ചന്തയിൽ പോയിവരുന്ന ഉടയോനെ
ദൂരെക്കണ്ട് സ്നേഹക്കരച്ചിൽ മീട്ടുന്നതുപോലെ.
അത്ര പരിചിതം ആ സ്വരം
ഗ്രാമീണം, ഗാർഹികം, ശാന്തം.
എങ്കിലും അത് കുറുമ്പന്മാരോ
ടേപ്പ് റെക്കാർഡറോ ഇല്ലാത്ത
എം.എ. ക്ലാസ്സിൽ നിന്നാകയാൽ
അതും മേശയ്ക്കുള്ളിൽ നിന്നാകയാൽ
അതിശയവാർത്തയായി.

"മേശയോ!"
"അല്ല, മോശ"

ഇടനാഴിയിലൂടെ കുതിക്കുമ്പോൾ
അറ്റൻഡർ ഏലിച്ചേടത്തി
പ്യൂൺ രഘുനന്ദനമേനോനെ ഭരിച്ചു.
മേനോൻ നാണച്ചിരി ചിരിച്ചു.
കൃഷ്ണഗാഥമാഷ് വന്നപ്പോൾ
രഘുവംശം ടീച്ചർ വന്നപ്പോൾ
ഉച്ചത്തിലുച്ചത്തിൽ
വൃന്ദാവന മധ്യാഹ്നത്തിന്റെ മന്ത്രമായ
അതേ പ്രാകൃത മൃഗവചനം.
വീണ്ടും വീണ്ടും
ഇനി വിശ്വസിക്കാതെ? അഥവാ
സംശയിക്കാതെ? അഥവാ
ശ്രദ്ധിക്കാതെ?

കേട്ടവർ കേട്ടവർ സംശയവേഗത്തിൽ വന്നു.
വിദ്യാർത്ഥികൾ അദ്ധ്യാപകർ പ്രിൻസിപ്പൽ
വഴിപോക്കർ റോട്ടറി പി.ടി.എ. പ്രമാണിമാർ
പശുമിത്രങ്ങളായ കാക്കകൾ
പരേതരുടെ ഉദ്യാനങ്ങളിൽനിന്ന് തുമ്പികൾ
ഭാവിയിൽനിന്ന് വർണ്ണശലഭങ്ങൾ
പുൽമുറ്റങ്ങളിൽ
വെയിൽവിത്തുകൾ തെരയുന്ന പ്രാവുകൾ
മേൽക്കൊമ്പിലെ
കടംകഥയോട് പോരടിക്കുന്ന
അണ്ണാർക്കണ്ണന്റെ വിഭ്രാന്തമായ കലമ്പലുകൾ
കാലനെക്കണ്ട നായ്ക്കുരകൾ
ഹീറോഹോണ്ടകൾ
ലൈബ്രേറിയനോടൊപ്പം ഉഗ്രഹരിപഞ്ചാനനൻ
ഡോൺക്വിക്സോട്ട് ദിലീപൻ നാരദൻ
ചെറുമതിൽ കടന്ന്
തോഴിയുമായി വാസവദത്ത
സുരഭിലതൈലവുമായി മറിയം
പുല്ലാങ്കുഴലുമായി രമണൻ
പുതുമടിശ്ശീലയുമായി ചെമ്പൻകുഞ്ഞ്
വെറുംകൈയോടെ ആനവാരി രാമൻനായർ
രാമു, കുഞ്ചുക്കുറുപ്പ്, ഇണ്ടനമ്മാവൻ
സിനിമാ പോസ്റ്ററുകളിൽ നിന്നിറങ്ങിവന്ന്
പ്രകാശം പരത്തുന്ന പെൺകുട്ടികൾ
നഗരത്തിലെ യക്ഷൻ

ഭ്രാന്തൻ വേലായുധൻ
സർചാത്തു
അപ്പുക്കിളി
കുന്ദൻ
ലെവിസ്ട്രോസിന്റെ ചില ശിഷ്യന്മാർ...

അർദ്ധവിശ്വാസത്തിന്റെ
അർദ്ധജീവിതത്തിൽ
എന്ത് കേൾക്കാനും തുറന്ന കാതുകളുമായി
കാമ്പസ് നിറഞ്ഞ്
നിമിഷംതോറും ആ സദസ്സ്
സമഗ്രവും അസംബന്ധവുമായി വന്നു.

"ഇതിലിത്ര വിസ്മയിക്കാനെന്തുണ്ട്?"
ഫിലോസഫി പ്രൊഫസർ വരവായി.
"ഇത് കാലാന്തര സത്യം.
കാലാന്തരം തന്നെ രൂപാന്തരം.
അനാദിയാണ് രൂപത്തിന്റെ രൂപാന്തരതൃഷ്ണ
അനന്തമാണ് രൂപാന്തര കഥ.
ഉപ്പുതൂണുകളായിപ്പോയ കാമാസക്തന്മാർ
രൂപജ്വാലയണഞ്ഞ്
ശിലകളായ കാമിനിമാർ
കൂറകളായി വീണ ഗ്രിഗർ സാംസമാർ
സാമ്രാട്ടുകളായി മാറിയ സഖാക്കൾ
മഹാനഗരങ്ങളായി പൊള്ളിപ്പടർന്ന
മൂകരക്തങ്ങൾ..."

കാലുനാലും കുടഞ്ഞ്
അതനങ്ങിത്തുടങ്ങി.
സുപ്രസിദ്ധമായ ചന്ദ്രക്കലക്കൊമ്പു വന്നു.
തർക്കസന്നദ്ധരായ രണ്ടു പണ്ഡിതന്മാരെപ്പോലെ
ഉദ്ധതവിനീതമായ അവ
തമ്മിൽ മുനചൂണ്ടി നേർക്കുനേർ നിന്നു.
നെറ്റിയിൽ നന്ദിനിച്ചുട്ടിയുള്ള
ദുരൂഹവ്യാകുലമായ പശുമുഖം
ഒരു പരസ്യബലൂൺ പോലെ
മന്ദം മന്ദം
ഉയർന്നുയർന്ന് വരവായി.
റോബോട്ടിന്റെ കനൽക്കണ്ണുകളാൽ
അത്
ചുറ്റും നിന്ന യുവകവികളോട്
തീച്ചിരി ചിരിച്ചു.

വൃന്ദാവൻ പാർക്കിലെ അന്തിക്കാറ്റുപോലെ
അലസസുന്ദരമായ വെഞ്ചാമരവാലിനാൽ
ഗാനരചയിതാക്കളെ വീശി.
അമോണിയാസംഭരണിപോലെ
വീർത്തുപൊട്ടാറായ വയറിന്മേൽ
പുൽമേടുകളുടെ പ്രാചീനത
ഓളം തല്ലി.
മുണ്ടകൻപാടങ്ങൾ പിളർന്ന്
ജവഹർനഗറുകൾ പ്രത്യക്ഷമാകുംപോലെ
മേശച്ചതുരം പിളർന്ന്
പശുച്ചതുരം പ്രത്യക്ഷമായി.
ഒരു ഷഗാൾചിത്രത്തിന്റെ മൃഗകാന്തി
സർവ്വത്ര ദൃശ്യമായി.

വന്നുകൂടിയവരെല്ലാം
വിസ്മയജലത്തിലെ പ്രതിബിംബങ്ങളായി.
പുറമേ, പ്രത്യാശതോറും
ആധുനികമായ ഒരവിശ്വാസനിശ്ശബ്ദത
നീറിനിന്നു.
ഓരോരുത്തരും സ്വന്തം ഉപബോധത്തിന്റെ
പ്രാകൃതഗന്ധം ശ്വസിച്ചു
പ്രാകൃതമന്ത്രം ശ്രവിച്ചു.
ഒരു സങ്കരയിനം മുഖസ്തുതി നിർമ്മിക്കാൻ
അവർ വെമ്പി.

അവരറിയാതെ
അവരുടെ ആയുസ്സിന്റെ പുൽത്തോട്ടങ്ങളിൽ
ആ പശു മേഞ്ഞു നടന്നു. ■

1992

അസുന്ദരം

കടമ്പനാട്
മേടക്കൊടുംചൂട്.

മുയലുകൾ പണ്ട്
പകലുറക്കത്തിനെത്തിയിരുന്ന
പടർപ്പൻപറങ്കിമാവിന്റെ തണലിൽ,
മൺമണമുള്ള കരിയിലശയ്യയിൽ,
ഐസ്ക്രീംനിറമുള്ള ഒരെലിയെ നുണഞ്ഞ്,
കണ്ണടയ്ക്കാതെ കിടന്ന്,
ഏതോ നാടകീയ സ്വഗതാഖ്യാനത്തിന്റെ
മൗനവിസ്തൃതിയിലെന്നതുപോലെ
ചേര
ഇങ്ങനെ ചിന്തയിലാണ്ടു:

മാവ് പ്ലാവ് ആഞ്ഞിലി പറങ്കിമാവ്
എല്ലാ മരങ്ങളിലും മധുരഭാരം.
കാക്ക കുയിൽ വണ്ണാത്തി ഓലാഞ്ഞാലി
ഈച്ച പൂച്ചി വണ്ട് അണ്ണാർക്കണ്ണൻ
കൊമ്പ് കുഴൽ ഇലത്താളം
പച്ച മഞ്ഞ ചോപ്പ് സിന്ദൂരം
ഓരോ മരവും ഓരോ പൂരം,
വയറുകൊണ്ടു വഴിതാണ്ടുന്ന എനിക്കോ
ചരൽപ്പാത കനൽപ്പാതയാവുന്ന കാലം.
കാവലുറുമ്പുകൾ ഓരോ മരവും പൊതിഞ്ഞിരിക്കേ,
ഉയരം എനിക്ക് ലക്ഷ്യമല്ലാതായി.
മധുരം പ്രിയമല്ലാതായി.
ഉയിരിന്റെ നിറമേളം
ഉത്സവവുമല്ലാതായി.

രണ്ട്

എവിടെത്താണുപോയി
എന്റെ ഫണങ്ങൾ?
ഉയർന്നുയർന്ന്
ചന്ദ്രക്കല തൊട്ടുവാണവ?
അവതാരങ്ങൾക്കുംമീതേ
കുടയായി വിടർന്നവ?
വംശത്തിന്റെ അനന്തമുഖത്വം?

ചവിട്ടുന്ന കാലിൽ കൊത്താനാവാതെ
എവിടെത്താണുപോയി
എന്റെ ക്രോധം ?
വിഷമുറന്ന പല്ല്?
എന്റെ സംഹാരപ്രതിഭ?
മരങ്ങളും മഹാജന്മങ്ങളും
സഹസ്രശീർഷംകൊണ്ട് കാണിക്കുന്ന
താണ്ഡവമാടുന്ന കൊടുങ്കാറ്റിനെ
ഒറ്റവരി ഉടൽകൊണ്ട് കാണിച്ചിരുന്ന
എന്റെ മന്ത്രസിദ്ധി?
അമൃതറിഞ്ഞ നാവ്?
എവിടെ നഷ്ടമായി?
ഏതു ലിപിയും എന്റെ നടനത്തിന്റെ
ഏതെങ്കിലുമൊരു കരണമാണെന്നറിയുന്ന
സ്വത്വജ്ഞാനം
എവിടെ മറഞ്ഞുപോയി?
ഏതു വഴിയും പുഴയും ശരവും ശൂലവും
എന്റെ പര്യായങ്ങളാണെന്നറിയുന്ന
പുള്ളുവർ?

മൂന്ന്

പഴമയുടെ പാതാളതമസ്സിലേക്കു തുറന്ന
ഒരു മാളമാണ് ഇന്നെന്റെ വീട്.
ഇരയുടെ രുചിയോ
ഇണയുടെ ഇണക്കമോ
ഒരു ചെറുമുള്ളിന്റെ സുഖനോവോ മതി,
ഇതിൽ വാഴ്വ് സംതൃപ്തം.

സൂര്യരശ്മികൾക്ക്
കണ്ണീർപോലെ വളഞ്ഞുപുളഞ്ഞൊഴുകാൻ
കഴിവുണ്ടായിരുന്ന പുരാവൃത്തകാലത്ത്
ചില കിരണങ്ങൾ
ഈ പിരിയൻമാളത്തിന്റെ ആത്മാവിലെത്തി.
അവ മാണിക്യമായി
അത് പൂർവപുണ്യം.

പൂർവപുണ്യത്തിന്റെ ഓർമ്മയാണ്
ഇന്നെന്റെ കിരീടം.
ഒഴിഞ്ഞുമാറുകയാണ്
ഇന്നെന്റെ ചര്യ.

പൂമ്പാറ്റകളുടെ വർണ്ണക്കൊടികൾക്ക് പിന്നാലെ
എനിക്കിനി നിമ്നോന്നതങ്ങൾ വയ്യ.
പാലാഴി കടയാൻ വെറും
കയറായി മാറാനും ഇനി വയ്യ.
കാരണം
ഞാനാണ് ഭയസത്യം,
അസുന്ദരം,
ചരിത്രത്തിലെ
കോമാളിയായ ആവർത്തനം.
ശബ്ദാർത്ഥങ്ങൾ വഴിപിരിഞ്ഞ
പിളർന്ന നാവ്,
എന്നും ഉറവയിൽ തിരിച്ചെത്തുന്ന പുഴ. ■

1982

കഴുതകളായി നടിക്കേണ്ടി വന്ന കുതിരകൾ

ഏറ്റവും നല്ല സൈക്കിൾസവാരിക്കാർ
ശൂരനാട്ടുകാരാണ്;
ചവറക്കാരോ കടമ്പനാട്ടുകാരോ അല്ല.

ചവറക്കാർക്കിഷ്ടം:

സൈക്കിൾ പൂജയാണ്,
തെരഞ്ഞെടുപ്പ്കാലത്തൊഴികെ.
അശ്വതി, അനിമോൾ,
റസിയ, റസ്സാക്ക്,
വിൽസൻഗൊൺസാൽവസ്,
മിന്നാംതോട്ടിലമ്മ,
വേളാങ്കണ്ണിമാതാവ്,
'ഇതാ ഇവിടെവരെ',
'സൂക്ഷിച്ചാൽ ദുഃഖിക്കേണ്ട' എന്നെല്ലാം
സൈക്കിളിനു പേരിടുകയാണ്.
റിബൺ പൂക്കൾ മണികൾ ചന്ദനം
ചെമ്പട്ട് കുരിശ് കുരുത്തോല
ഞൊറികൾ കൊടികൾ അലുക്കുകൾ
എന്നിവ ചാർത്തി സൈക്കിളിനെ
എഴുന്നെള്ളത്തിനെന്നപോലെ
ഒരുക്കി രസിക്കയാണ്
ഓണത്തിനും പെരുന്നാളിനും
ആഗസ്റ്റ് പതിനഞ്ചിനും.

പ്രാവ് തത്ത അണ്ണാൻ മരംകൊത്തി
ദേശവിദേശ പഞ്ചവർണ്ണക്കിളികൾക്കും
അതിൽ വന്നിരുന്ന് പോകാം, അശുദ്ധമില്ല.

കാക്ക, കോഴി, കൊറ്റിക-
ളിരിക്കരുത്.
പക്ഷേ, ഒരു പ്രശ്നം:
പിന്നിൽ ഭാരിച്ച മീൻകൊട്ടയുമായി
എന്നും വെളുപ്പിന് കിഴക്കോട്ട് പറക്കുന്ന
ചവറക്കാരായ പേരില്ലാസൈക്കിളുകൾ
കവിതയ്ക്ക് വെളിയിലായി.
അവ ഏതിനം കൊറ്റികൾ?
അല്ല, അവ കഴുതകളായി
നടിക്കേണ്ടിവന്ന കുതിരകളാണ്.

കടമ്പനാട്ടുകാർക്കിഷ്ടം:
സൈക്കിൾ റിപ്പയറിംഗാണ്.
അറുത്ത കാളയെപ്പോലെ
ഉരിച്ച് കെട്ടിത്തൂക്കി
ഭാരം ഞെരിച്ച ചുമലുകൾ.
പലവട്ടം സഹിക്കേണ്ടിവന്ന വേദനകൾ
ഭയം തിങ്ങിയ കുഴലുകൾ
ഒടിവ് ചതവ് ബെയറിംഗ് പ്രഷർ
ഉൾപ്പിണക്കങ്ങൾ
എന്നിവ പരിഭ്രമിച്ച്
സൈക്കിളിനുള്ളിലൂടെ സഞ്ചരിക്കുകയാണ്
കടമ്പനാട്ടുകാർക്കിഷ്ടം.
കൂട്ടിയിടിച്ച് മുക്കോണോ ചതുഷ്കോണോ
ആയിപ്പോയ ചക്രങ്ങളെ
വീണ്ടും ചക്രങ്ങളാക്കുകയാണ്.
ഇടത്തോട്ടോ വലത്തോട്ടോ
ഉളുക്കിപ്പോയ ഹാൻഡിൽ
നേരെയാക്കുകയാണ്.
പൊട്ടിപ്പോയ ചെയിൻ
കണ്ണി ചേർക്കുകയാണ്.
പഴയ യോഗ്യത വീണ്ടെടുക്കുകയാണ്
വീണ്ടും സൈക്കിളൊഴുകിപ്പോകുന്നത്
കണ്ട് രസിക്കുകയാണ്
കടമ്പനാട്ടുകാർക്കിഷ്ടം.

പക്ഷേ, ഒരു പ്രശ്നം.
നെല്ല് ചേന വെള്ളരി മത്തൻ
കായ കാച്ചിൽ കോഴി തേങ്ങ തുടങ്ങിയ

പശിമരാശിമണ്ണിന്റെ കിരീടങ്ങൾ ചാക്കിലേറ്റി
എന്നും വെളുപ്പിനെ ചന്തയ്ക്ക് കുതിക്കുന്ന
കടമ്പനാട്ടുകാരായ സൈക്കിളുകൾ
കവിതയ്ക്ക് വെളിയിലായി.

അവ ഏതിനം കൊറ്റികൾ?
അല്ല, അവ കഴുതകളായി
നടിക്കേണ്ടിവന്ന കുതിരകളാണ്.

ചവറക്കാരോ കടമ്പനാട്ടുകാരോ അല്ല
ഏറ്റവും നല്ല സൈക്കിൾസവാരിക്കാർ
ശൂരനാട്ടുകാരാണ്.
ചരൽപ്പാതയോ ടാർപാതയോ എന്നില്ല,
കേറ്റമോ ഇറക്കമോ എന്നില്ല
ചന്തയ്ക്കോ ചാക്കാലയ്ക്കോ എന്നില്ല
രാവെന്നോ പകലെന്നോ ഇല്ല,
ഒളിവെന്നോ തെളിവെന്നോ ഇല്ല,
"എനിക്ക് രസമീ നിമ്നോന്നതമാം
വഴിക്ക്"[1] സൈക്കിൾ പായിക്കൽ
എന്നു മാത്രം.
നിരന്തമായ സവാരി.
ദിക്കോട് ദിക്ക്
ആൾഘടികാരംപോലെ
അനന്തകാലം കറങ്ങിക്കറങ്ങി
ഗിന്നസ്ബുക്കിലെത്താറായ
സൈക്കിൾയജ്ഞക്കാരൻ മധു
സൈക്കിൾവിജ്ഞാനകോശക്കാരൻ കോശി
'ബൈസൈക്കിളും അദ്വൈതവും' രചിച്ച
നിശ്ചലാനന്ദനാശാൻ
[2]ബൈസിക്കിൾ തീവ്സ്
ആദ്യം കണ്ട കൊച്ചുണ്ണി...
എല്ലാം ശൂരനാട്ടുകാർ.

കാട്ടുപോത്തിന്റെ കൊമ്പുകളിൽപ്പിടിച്ച്
വനസവാരി ചെയ്ത

1. ഇടശ്ശേരി 'അമ്പാടിയിലേക്ക് വീണ്ടും'
2. വിറ്റോറിയോ ഡിസീക്കയുടെ സിനിമ (1948)

ശൂരപിതാക്കളുടെ ഓർമ്മ തരുന്നത്
സൈക്കിൾസവാരി മാത്രം.
പായുന്ന മാനുകൾ
പന്തയക്കുതിരകൾ
പറക്കും തളികകൾ
ഇരയുടെ പിന്നിൽ കൊടുങ്കാറ്റുയർത്തും
പുലികൾ, സ്കൂട്ടറുകൾ, ബൈക്കുകൾ
എല്ലാം അവർ സൈക്കിളിൽ വായിച്ചു.
ഇത്തിരിമാത്രം നിലം തൊട്ട്
ഇത്തിരി ശ്വാസം മാത്രം കഴിച്ച്
എത്രയോ കാലം അവ ഓടും.
വഴിയോരത്ത് നിന്ന് കിതച്ച്
എത്രയെത്ര ചക്രങ്ങളിലാണ്
സൈക്കിൾ ക്ലോക്ക്
കാറ് തീവണ്ടി വിമാനം ഗ്രഹം
സൂര്യൻ നക്ഷത്രം കർമ്മം ആത്മാവും
ബന്ധപ്പെട്ടിരിക്കുന്നതെന്നോർത്ത്
നെടുവീർപ്പിടും
പിന്നെയും ഓടും.

ശൂരനാട്ടുകാർക്ക്
മുൻപിൻ ചക്രങ്ങൾ
ഭൂതഭാവികളോ
ജന്മമരണങ്ങളോ
ഭാര്യാഭർത്താക്കന്മാരോ
ഗ്രാമ, നഗരങ്ങളോ
പാശ്ചാത്യ പൗരസ്ത്യങ്ങളോ
ദാർശനിക ദ്വന്ദ്വങ്ങളോ അല്ല,
മുള്ളു കയറിയാൽ പഞ്ചറാവുന്ന
പഞ്ചറായാൽ ഒട്ടിക്കാവുന്ന
പരസ്പര ധാരണമാത്രം,
എന്നേ അവർ പറയൂ.
ഇരുമ്പ് ചക്രങ്ങളോ
റബർ ചക്രങ്ങളോ
വായു ചക്രങ്ങളോ
സൗഹൃദമോ പ്രേമമോ വാത്സല്യമോ

പൊരുത്തമോ പൊരുത്തക്കേടോ
അവയുടെ മിശ്രമോ എന്താണവ?
രണ്ടു പൂജ്യങ്ങളും അവയ്ക്കിടയിലെ
ദുർഗ്രഹ ത്രികോണവും.
തുടക്കത്തിനും ഒടുക്കത്തിനുമിടയിലെ
ശൂന്യതയ്ക്കുമേൽ മനുഷ്യന്റെ പാലം.
ആരുടെ കണ്ണടയുടെ
വികാസമാണ് ബൈസിക്കിൾ?
ആരുടെ ദർശനത്തിന്മേലാണ്
നമ്മുടെ സവാരി?
അശോകചക്രംപോലെ
ഏകാന്തതയുടെ മുഖമുള്ള
ഒറ്റച്ചക്രങ്ങൾ ശോകമുദ്രകളല്ലേ
സർക്കസിലും ചരിത്രത്തിലും?

കവിതയിലിത്തരം ചോദ്യങ്ങൾ
ശൂരനാട്ടുകാർക്കിഷ്ടമല്ല,
സവാരി മുറിയും.

ധനുനിലാവാടുന്ന തിരുവാതിരപ്പാതിരയിൽ
ഗന്ധർവ്വപുരിയോളം
ചവിട്ടിപ്പോയവരുണ്ട്
ദണ്ഡകാരണ്യത്തിൽ
രാക്ഷസമായി ജയിച്ചവരുണ്ട്
കുഞ്ഞാലിയെത്തുണയ്ക്കാൻ
പരപ്പനങ്ങാടിക്ക് കുതിച്ചവരുണ്ട്
ടിപ്പുവിന്റെ കൊള്ളപ്പടയെ
തുളുക്കാടോളം തുരത്തിയവരുണ്ട്.
ദണ്ഡിയിൽപോയിത്തപം ചെയ്ത്
ദണ്ഡങ്ങൾ നാലും വരിച്ചവരുണ്ട്.

സ്വാതന്ത്ര്യപ്പാതിരയ്ക്ക്
കോലോത്തുംപാടത്ത്
യൂണിഫോമിട്ട മുപ്പത്തിമുക്കോടി ദൈവങ്ങൾ
(മുമ്പിലൊരു സായിപ്പ്
മോട്ടോർ സൈക്കിളിരമ്പിച്ച്)
മാർച്ച് ചെയ്ത്

വരുന്നതുകണ്ട് പേടിച്ച്,
ചിന്ത നിലച്ചു പോയവരുണ്ട്
കാഴ്ച നശിച്ചുപോയവരുണ്ട്
ദൈവപ്പടയിൽ ചേർന്നു പോയവരുണ്ട്.
കിരാതവേഷം കെട്ടി രക്തസാക്ഷികാട്ടിലേക്ക്
മടങ്ങിപ്പോയവരുണ്ട്
പ്രേതംകൂടി വിഗ്രഹങ്ങളായി
ഉറച്ചുപോയവരുണ്ട്
ഗതികിട്ടാച്ചക്രങ്ങളായി
കാലത്തിൽനിന്ന്
തെറിച്ചുപോയവരുമുണ്ട്.

അവ ഏതിനം കൊറ്റികൾ?
അല്ല, അവ കഴുതകളായി
ജീവിക്കേണ്ടി വന്ന കുതിരകളാണ്. ■

1993

കഥനം

പറയുന്നു നാം പ്രിയകഥക-
ളതുനേരം നമ്മുടെ
ചാരത്ത് വന്നിരിക്കുന്നു കുട്ടികൾ.
കതിർകാട് വാനവു-
മറിയുന്നപോലിതിഹാസ-
ഗഹനതയറിയുന്ന തത്തകൾ.
ആഴത്തിലാഴക്ക് നീര,-
മതെങ്ങനെ
നാവിലെത്തിക്കുമെന്നറിയുന്ന കാക്കകൾ.
ഓരോ വിരുതിന്റെയഴകുമായ്
എലികൾ പൂച്ചകൾ
മുയൽകൾ സിംഹങ്ങൾ...

പറയുന്നു നാം പ്രിയകഥക-
ളതുനേരം നമ്മിലേ-
ക്കൊഴുകിയെത്തുന്നു പൈതൃകം.
'ചവറ, ശ്രാവസ്തി, മധുര, കിഷ്കിന്ധ
യവനം, അറേബ്യ, ജെറുസലേം...
കരയിൽ, കടലിലാകാശത്തിൽ
വാക്കിൽ, വിദ്യയിലവിദ്യയിൽ
വഴികൾ പാകിയ ദൂരവേട്ടക്കാർ.
വ്യാസനേക്കാൾ വയസ്സായ
വൻ വൃക്ഷങ്ങൾ.
പേടിയില്ലായ്കയാൽ വേരുണങ്ങാതെ
പ്രത്യാശയാൽ പൂമുടങ്ങാതെ
ദിക്കുകൾ കോർത്തുയർ-
ന്നുയരങ്ങൾ മതമാക്കിയെന്നോള-
മാനന്ദതാണ്ഡവ-
മാടുന്ന വൃക്ഷർഷികൾ.

സഹസ്രസശീർഷന്മാർ, ചിരംജീവികൾ
ദേവകിന്നരയക്ഷഗന്ധർവ
വൃക്ഷമാനവസസ്യദാനവ
ജന്തുസങ്കുല വസന്തങ്ങൾ, നമ്മുടെ
ചാരത്ത് വന്നു ചൂഴുന്നു പൂർവികാരണ്യം.
ഇപ്പെരുംകാട്ടിലെങ്ങെങ്ങ് വാടാത്ത
പ്രേമഹരിതമെന്നറിയുന്ന മാനുകൾ.
പച്ചമടുക്കുന്ന കൺകൾക്ക് സൗവർണ്ണ
വ്യാമോഹമാരീചൻ.
പെണ്ണിനെക്കട്ടുപോം തീവ്രവാദം
പെണ്ണിനെക്കാട്ടിലെറിഞ്ഞുപോം ധർമ്മവാദം.
അധർമ്മം ചെറുക്കും ജടായുവീര്യം
അമൃതം വഹിക്കും ഗരുഡമേഘം.
പോർക്കലിക,ളാനകൾ
ചവിട്ടിത്തെറിപ്പിച്ച പവിത്രശിരസ്സുകൾ
കൽവിളക്കിലെ ഭയജ്വാലകൾ
എതിർപൂണ്ട് മുറുകുന്ന
മന്ത്രങ്ങ,ളറേബ്യയിൽ
കഥയെ മൃത്യുഞ്ജയ-
മന്ത്രമായ് വരിച്ചവൾ നമ്മുടെ
ചാരത്ത് വന്നു ചൂഴുന്നു പൂർവികാരണ്യം.

രണ്ട്

കഥകൊണ്ട് നാമാടി പല ജന്മമൊന്നിൽ
കഥകൊണ്ട് കാലമോ നക്ഷത്രകോടി.
കഥകൊണ്ട് നാം നെയ്തു സ്വർഗനരകങ്ങൾ
പല ലോകവിസ്തൃതികളു-
മൊരേ വസുധയിൽ.

പ്രിയകഥകളി-
ല്ലിന്നു പറയുവാൻ, നമ്മിൽനി-
ന്നകലുന്നു കുട്ടികൾ
അകലുന്നു പൂർവികർ
അകലുന്നു നമ്മളും നമ്മിൽനി-
ന്നകലുന്നു മണ്ണിലെ മർത്യസത്യം
പ്രിയകഥകളി-
ല്ലിന്നു പറയുവാൻ, നാവിൽനി-
ന്നുപഗ്രഹനുണധാര

ആത്മസ്തുതിധാര, നമ്മുടെ
തോളത്ത് സാത്താൻ പിടിക്കുന്നു താളം.
ചാരത്ത് വന്നു ചൂഴുന്നു വേതാളം
കഥയില്ലായ്മയിൽ കത്തുന്ന ജന്മങ്ങൾ
മരണഗുഹകളാം വെളുത്ത നഗരങ്ങൾ
മാഫിയാരണ്യം.
ഒന്നുമോർക്കാത്ത കറുത്ത നിരത്തുപോ-
ലുന്മത്തസിദ്ധാന്തവാഴ്‌വുകൾ, നമ്മുടെ
ചാരത്ത് നിന്നു പരുങ്ങുന്നു
നിരന്തരം പ്രേമം
മറന്നുപോം നമ്മളും.

മൂന്ന്

രാജധാനിയിലേക്കുള്ള യാത്രയിൽ
ഏതു വിഭ്രമപ്രവാഹത്തി-
ലാചമിക്കുമ്പോൾ
മറവി മീൻകൊത്തി വിഴുങ്ങീ,
നാം പണ്ട്
കഥകളോർത്തിട്ട
പൊന്മോതിരം? ■

1993

ഉള്ളിന്റെയുള്ളിൽ

മതിലുകളുണ്ടായതെത്ര ഭാഗ്യം.
മതിലിന്ന് ഗേറ്റും
ഗേറ്റിന്ന്
പൂട്ടുമുണ്ടായതുമെത്ര ഭാഗ്യം.

കൊച്ചുപൂങ്കാവനം
പക്ഷിഗാനം
നായുറങ്ങുംപോ-
ലുറങ്ങുന്ന മുറ്റം, അക-
ത്തൊറ്റയ്ക്ക് ഞാനും.

വിഷപ്പല്ലൊളിപ്പിച്ച് വീട്ടിലെ-
ന്നേകാന്തനേരം നിരീക്ഷി-
ച്ചൊളിഞ്ഞും തെളിഞ്ഞും
പൂങ്കാവനത്തിൻ നിറങ്ങളിൽ
കനിതരും കണ്ണുമായെത്തും
കരിമൂർഖസുന്ദരൻ.

ചുമരുകളുണ്ടായതെത്ര ഭാഗ്യം.
ചുമരിന്ന് വാതിലും
സാക്ഷയും
താഴുമുണ്ടായതുമെത്ര ഭാഗ്യം.
അതു പൂട്ടിയുറ്റവർ പതിവായി
ജോലിക്കു പോവതു-
മെത്ര ഭാഗ്യം.

ഇല്ലെങ്കിൽ?
ഇല്ലെങ്കിലിങ്ങനെ
വനിത വായിച്ചും
വളയെണ്ണിനോക്കിയും

സ്റ്റാർ ടീവി കണ്ടും
ജന്മം തുലയ്ക്കാതെ,

എപ്പൊഴേ
പടിതാണ്ടി
വഴിതാണ്ടിയേകാന്ത-
ജയിൽതാണ്ടിയീ നല്ല
പുരി താണ്ടി ഞാനെന്റെ
കരിമൂർഖനോടൊത്ത്
പറുദീസ
വീണ്ടെടുത്തേനേ. ■

1994

ഒട്ടകം

"വരരുത്"
അവൾ പറഞ്ഞു.

ഭാവിയും ആഴവും സംഗമനൃത്തവുമായി
ജീവന്റെ അനാദിയായ ഒഴുക്കുകൾ
പാദങ്ങളിൽ ഗതിതാളമാകാതായി;
അവന്റെ കാലുകൾ
കൽത്തൂണുകളായി.

അതിലെ
ചൊവാഡീസ് ചെരിപ്പിലെ മൃഗത്തോല്
തന്റെ ജീവൻ പണ്ട് താണ്ടിയ
വനാന്തദൂരങ്ങളോർത്ത്
രസിച്ചു.

"തൊടരുത്"
അവൾ പറഞ്ഞു.

മണവും മന്ത്രണവും മാർദ്ദവവുമായി
സ്പർശത്തിന്റെ അനാദിഭാഷയായ കാറ്റ്
വിരലുകളിൽ പ്രണയത്തിരകളാകാതായി;
അവന്റെ വിരലുകൾ
കുളമ്പുകളായി
കൈകൾ
കൽക്കൈകളായി.

അതിലെ
ക്വാർട്സ് വാച്ചിൽ
മരണത്തിന്റെ തുമ്പി
നിൽക്കാതെ വട്ടമിട്ടു.

"സംസാരിക്കരുത്
ഒരു നമ്പറിലും വിളിക്കരുത്"
അവൾ പറഞ്ഞു.

പൂക്കളും കനികളും കുളിർച്ചോലകളും
കാടും കിളികളും കാലങ്ങളുമായി
ഭാഷയുടെ അനാദിയായ സസ്യജാലകൾ
നാവിൽ ഉണരാതായി;
കള്ളിമുള്ള്
ചവച്ച് ചവച്ച്
അവന്റെ നാവ്
ഒരു കല്ലിലയായി.

അതിലെ
അരുചിയും അനർത്ഥവും മൂടി
അതിമണവും മോടിയുമായി വന്ന
പരമൊഴിത്താംബൂലം
വഴിയിൽ
കുരുതിക്കറ വീഴ്ത്തി

അറിവിന്റെയും അറിയിക്കലിന്റെയും
ഋതുക്കൾക്ക് വെളിയിൽ,
നിരസിക്കപ്പെട്ട ഓരോ പ്രണയിയിലും
ഓരോ ഒട്ടകം വളർന്നു.
സ്വജന്മം തരിശായി
സ്വരൂപം വിരൂപമായി.
പാട്ടിൽ, കവിതയിൽ, നോവലിൽ
സിനിമയിൽ, മരുപ്പച്ചകളിൽ
നല്ല ഹൈമവതഭൂവ് തേടി
പാദങ്ങളിൽ മരുഭാരവുമായി
അവൻ മഹാവ്രതൻ, ദുരന്തനായകൻ
വേഗം കുറഞ്ഞവൻ
കേൾക്കാനിമ്പമില്ലാത്തവൻ
തൊടാൻ തോന്നിക്കാത്തവൻ
മുഷിഞ്ഞവൻ
പല പേരുകളണിഞ്ഞ്
നിർവേദിയായി
വരണ്ടലഞ്ഞു.
കല്ലിക്കാതെ അവനിൽത്തുടിച്ചത്
അവളുടെ ഓർമ്മ മാത്രം.
പ്രേമാർദ്രതയുടെ തിരുശേഷിപ്പ്
അവന്റെ കല്ലുടലിൽ
അത്
കുളിർനിധിയായ നീരുറവയായി
തിമിരത്തിലും കാഴ്ചകെടാത്ത
ഉൾക്കണ്ണായി. ■

അഭിമുഖം

(ആരോ എന്നോ എഴുതിയിരിക്കാവുന്നത്)

ഏറ്റവും ഇഷ്ടം?
എന്നെത്തന്നെ.
അത് കഴിഞ്ഞാൽ?
അത്
ക ഴി യു ന്നി ല്ല ല്ലോ. ■

രമണയാമം കഴിഞ്ഞ്

(സുനിൽ സ്വാമിയുടെ ആത്മഗതം, കുടുംബം, സ്വകാര്യം, സ്വത്വം എന്നിവയുടെ ഗതിയെക്കുറിച്ച്)

പ്രേമമേ
എവിടെ നീ വരുമിന്ന്?
കാണണം, കണ്ട
കാലം വിദൂരം.

കുഞ്ഞിമാളുവേ ലൈലയായ്
കുഞ്ഞിക്കണ്ണനെ മജ്നുവായ്
നാട്ടുതോടിനെ മായായമുനയായ്
മാറ്റിയ പ്രേമമേ.
അവിടെ നീ വരുമിന്ന്, തൃഷ്ണതൻ
ഏതു കടവിൽ?
ഏതു വഴിയിലെ
കല്ല് നേരത്തിലെൻ പദം
നേടിടും നിന്റെ
രൂപോദയം?

നീ വരുന്നത് ജലച്ഛായ-
കാല്പനിക സാധുവായ്
കൊതുമ്പുവള്ളത്തിലോ?
പ്രാകിക്കിതയ്ക്കു-
മോട്ടോയിലോ?
ദൂരം രസിക്കും
ട്രെയിനിലോ
ലഹരിമാലാഖയായ്
മഴയിലോ?

നേരു പറയണം
നീ വരും നേരമെൻ
ഭാഷ ഗാനമായ്
നീളുന്നതെങ്ങനെ?

II

അറിയുന്നു നീ ഭാര്യ, അമ്മ, എങ്കിലെ-
ന്തെന്റെ അശ്വങ്ങളെ
ധർമ്മം തളച്ചിടാ എനിക്കും
പുത്രകളത്രങ്ങളുണ്ടെടോ, അല്ലെങ്കി-
ലാരും മണക്കാത്ത സൗരഭം
ആരുമാകട്ടെ നീ, പ്രേമമേ,
പഴയ മഠത്തിലെ
മൈനയാകേണ്ട നീ.
എന്നും കണിശമായ്
കൂട്ടിലെത്തേണ്ട നീ.
പതിവ് തെറ്റിക്ക, സ്വാതന്ത്ര്യമോർക്ക നീ.
സ്വാതന്ത്ര്യമത്രേ സൗന്ദര്യം. മർത്യന്
സാധ്യമാം വിപ്ലവം
സൗഖ്യവിസ്ഫോടനം.
ഉടലിന്റെ ദാഹം ശമിപ്പതേ ധർമ്മം.
ഉടൽ സത്യമാകലേയിന്നു സൗഖ്യം, കൊമ്പൻ
സ്രാവിന്റെ പിന്നാലെ
പോകുമാത്മാവ്. പോയി
മാംസമേയില്ലാത്ത സത്യം
കരയ്ക്കടുപ്പിക്കും, അതിൻ തുണ്ട്
വായിൽത്തിരുകി ശൗര്യങ്ങൾ
പാലത്തിൽ വന്നു തർക്കിക്കും.
'ഓർമ്മ കടിക്കും സൂക്ഷിക്കുക,'
ബോർഡ് കാണുന്ന മുഖങ്ങൾ വിട്ടേക്കുക.
ഓർമ്മ ദ്രോഹിക്കുമേകാകിയെ ഇന്നലെ
നാളെയും വേണ്ടാ നമുക്ക് നാം
ഇന്നത്തെ ജോടി. തരംപോലെ
കൂടിപ്പിരിയുവോർ, നമു-
ക്കോർമ്മ സ്വപ്നങ്ങൾ തൻ
ശല്യമേ ശല്യം.

III

ക്ഷമയുമായ് നിന്ന് സല്ലപിക്കാനിനി
വയ്യ; വേണ്ടിനി
കാത്തുനില്പിന്റെ ബിംബം.
വേണ്ട പൂമരച്ഛായ, ഗീതഗോവിന്ദം,
പ്രേമമേ,

നിൻലഹരി നുരയും ചഷകം, ഓർമ്മ
പോറ്റുന്ന കൗമാരസ്വർഗ്ഗം.

സ്നേഹത്തിനായി സ്വയം ചാവും
മൂഢരടിയുന്ന തീരത്ത് പാടട്ടെ.
പാവം നിലാവ് പരീക്കുട്ടിയായ്, മ-
റ്റെവിടെയും നിന്നെ ഞാൻ
കാണാം.

ശുദ്ധബന്ധങ്ങൾ തൻ ശവം നാറു-
മേതു പാർക്കിൽ?
ലാഭത്തിലേക്ക് ഗതിമാറു-
മേതൊഴുക്കിൽ? വഴിതെറ്റു-
മേതു വഴിയിൽ? വ്രതഭംഗ-
ലഹരിയിൽ? സ്വയം ചതി-
ച്ചലയുമേത് ചിരിയിൽ?

IV

സ്കൂൾവിട്ട്
മക്കളെത്തുന്ന നേരമായ്
തിരികെയെത്താറായ്
പകൽ മേഞ്ഞുതീർന്നെന്റെ
ആലയിൽ വിശുദ്ധികൾ.

വെക്കട്ടെ ഞാൻ
വഴിയോരസർപ്പമേ
പൊതുബൂത്തിലെ മകുടി. ■

1987

വീട്ടുമരുന്ന്

പിണങ്ങുമ്പോൾ നമ്മൾ വിരൂപികൾ
കുന്തങ്ങൾ ദന്തങ്ങൾ വിഷസർപ്പ-
മാടുന്നു കണ്ണിൽ, മൃത്യു
നാറുന്നു
കോപിച്ച വാക്കിൽ.

ആര് ചൂതിൽ ചതിച്ചിന്ന് നമ്മെ
വീട് നാടുമേ വേണ്ടാത്തോരാക്കി?
വന്നുചേർന്നിടം കാന്താരമാക്കി?
ചെന്നുതൊട്ടത് തോൽവിയെയാക്കി?
പെയ്തു വീണത് തീമഴയാക്കി?

കൂരിരുട്ടിൽ തനിച്ചാക്കിയെന്നെ
പോയി നീയെങ്ങ്
ബോധം കലങ്ങി.
എന്നെയുപേക്ഷിച്ചുപോയ നീയോ
ജന്നലിൽ വന്നു ചന്ദ്രക്കലാ-
ദംഷ്ട്ര കാട്ടിയിളിച്ച കാട്ടാളൻ?
എന്നഴലല്ലധരമേ കാണ്മോൻ?

രാജാവ്
കാട്ടാളൻ
എന്ന രണ്ട്
പ്രേമമറവിയോ
കാന്തനെന്നാൽ?

II

ഇണങ്ങുമ്പോഴോ?
നമുക്ക് നാം
എന്തഴകുറ്റ സൗഗന്ധികങ്ങൾ!

മാധവ
മഹേശ്വര
ഭീമ
സോളമ
രമണ
പുരൂരവ
നൈഷധ
റോമിയോ
മജ്നു
നേരുമുയിരുമൊരുമിച്ച
പ്രണയസതികളേ.

അന്നേരം
ഏതു പദവും വിശിഷ്ടകാവ്യം.
ഏതു ഞരക്കവും ശുദ്ധസംഗീതം.

III

ആനേരമിന്നെവിടെ? നേരും
നേരുമൊരുമിക്കും ബന്ധശുദ്ധി?

നേരിൽ നുണതൻ മധുരം ചേരും
ഏതോ മരുന്ന് വിവാഹം.
ഏതോ മരുന്ന് ചങ്ങാത്തം.
ഏതോ മരുന്ന് കഴിച്ചുറക്കം.

ഏതോ മരുന്ന് കഴിച്ചുണർവ്വും. ■

1998

പ്രേമമെന്നെന്തിനെ നാം വിളിക്കുന്നു?

പ്രിയമുള്ള നോട്ടം
തുളുമ്പുന്ന കണ്ണുകൾ-
ക്കഴകു കൂടുന്നു.
അറിവുള്ള മൗനം
ജ്വലിക്കുന്ന കണ്ണുകൾ-
ക്കാഴമേറുന്നു.

ഇവ രണ്ടുമല്ലയോ
ചാരത്തു നീ നിന്ന
നേരം മധുരിപ്പതാക്കി?
നാം രണ്ടുമൊന്നെന്ന
വേദം മഹനീയമാക്കി?
അതിൻ
നിറവിനാലെന്നെയും
നിറതിങ്കൾ പോലെ നിർ-
ന്നിദ്രനാക്കി.

തലനിറയെ ദീപങ്ങ-
ളെരിയുന്ന പാതിരാ-
ക്കാറ്റുപോൽ
എന്നെയും
ഭ്രാന്തനായ്
ഗതിചിതറി
എമ്പാടുമുഴറുവോനാക്കി?
ഒന്നായ എന്നെ നീ
പലതാക്കി
മൃതിതുല്യ-
കടുനോവിൽ
വീണ്ടുമൊന്നാക്കി.

II

പകലന്തിനേരം
ജലസന്ധി മൂകം
ഒരു തോണിയിൽ നാം
നമ്മളും
ചുവരിലെ
പഴയ ഭൂദൃശ്യമായ്
മാറലോ പ്രേമം?
കയങ്ങൾക്കുമേലേ
ഉലാത്തലോ
കര ദൂരെയാണെന്ന
ഭയസുഖം കാണലോ
കരതന്നെ കയമെന്ന
കാതലായ് മാറലോ
പ്രേമമെന്നെന്തിനെ
നാം വിളിക്കുന്നു?

പോയ വഴി
പുതുദൂര തരണമായ്
പിന്നെയും പോകലോ
കണ്ട മിഴി
പുതുപകൽത്തുളുമ്പലായ്
പിന്നെയും കാണലോ
കേട്ട കഥ
പുതുപൊരുൾ മുഴക്കമായ്
പിന്നെയും കേൾക്കലോ
പെയ്ത മഴ
പുതുസുഖ നടനമായ്
പിന്നെയും പെയ്യലോ
പ്രേമമെന്നെന്തിനെ
നാം വിളിക്കുന്നു?

മതിലുകൾ
തിരകളായ് ഉലയലോ
മായലോ
തരിശിൽത്തളിരോർമ്മ
പടുപാട്ടു പാടലോ
തിരുമണ്ടനിൽ ബുദ്ധി
തിരി നീട്ടലോ
അതിബുദ്ധിയിൽ മൗഢ്യം
തിരിതാഴ്ത്തലോ.

പ്രേമമെന്നെന്തിനെ
നാം വിളിക്കുന്നു?
മലപാത്രമായ തടിയല്ല
മധുമാത്രമായ
പൊരുളാണ് നീയെന്ന
ദിവ്യക്കിനാവോ?
ഭേദങ്ങൾ തെളിയാത്ത
മൂടലോ
ശാപമോ
എന്റെയും നിന്റെയു-
മഭേദമാം ജ്ഞാനമോ
മോക്ഷമോ,
പ്രേമമെന്നെന്തിനെ
നാം വിളിക്കുന്നു?

III

"ഇരുവർ നാം
ഒരേ
സിനിമ കാണുമ്പോഴൊ, വാടക-
വീടു കാണുമ്പൊഴോ,
രുചി, ഗുണം
കുറയും പുതുക്കൂട്ട്
നാവ് നാറ്റുമ്പോഴോ
ഉപ്പിന് മുളകിന്
ലൈറ്റിനു ഫാനിനു
മടിക്ക് മാറാലയ്ക്ക്
തൊട്ടതിനൊക്കെയും
തല്ലു കൂടുമ്പോഴോ
ഇതുകൺകൾ പോലൊരേ
കാഴ്ച കാണുന്നു?

കവരങ്ങളായ് പിരിയുമെൻ
ചോദ്യങ്ങൾ തൻ കൊമ്പ്
ഞാനുരസിയോ കിനാ-
വസ്തമിക്കാത്ത നിൻ കണ്ണിൽ?" ■

1998

പ്ലാവും പോപ്ലാറും

തൃശൂർ 01-01-1997

സൂസൻ,
നിനക്കായി ഞാനെന്റെ മുടി വെളുപ്പിക്കാം
മുറി വെടിപ്പാക്കാം
നിനക്കായി ഞാനെന്റെ
ചെറുപറമ്പിലെ
പ്ലാവ് മാവുകൾ വെട്ടി വിൽക്കാം.
അവിടമുദ്യാനമായ് മാറ്റാം.
ഭാവിയിൽ
ഫ്ളാറ്റ് കെട്ടാം.
നേരങ്ങളൊക്കെയും നീയെന്ന
നേരാൽ നിറയ്ക്കാം
നീയെന്ന് വരുമെന്നും
നാമെന്ന് പോമെന്നും
നീയെഴുതുന്നതും
കാത്തിരിക്കാം.
നീ മറന്നെങ്കിലീ
കത്തുണർത്തട്ടെ നിന്നെ

ന്യൂയോർക്ക് 02-02-1997

പ്രിയമുള്ള രാമേട്ടാ,
തുണയാകുമെന്നോർത്ത
ദീനാമ്മ പറ്റിച്ചു.
കാശും കടലാസും
ശമുവേല് തട്ടിച്ചു.
രവിനായർ വാക്കും
മറന്നേ മറഞ്ഞു
വീടിൻ കടംകഥ
തീരാക്കുരുക്കും.

ഒറ്റയ്ക്കിരിക്കാനുമോർക്കാനു-
ണ്ടെങ്കിലും രാമേട്ടാ,
അറിയാത്ത നാട്ടിലെൻ
കൂട്ടിനുണ്ടായതും
സുഖജോലി തന്നതും
നിക്കോൾസണല്ലയോ,
ഗ്രീൻകാർഡു കിട്ടാനും
ചപ്പിനും ചിപ്പിനും
അതിയാനെ നാളെയും
വേണ്ടതുമല്ലയോ.

ഒറ്റയ്ക്കിരിക്കാനുമോർക്കാനു-
മിവിടെയും സന്ധ്യയു-
ണ്ടിവിടുത്തെ സന്ധ്യയ്ക്കും
യുക്തിയില്ലിരുളിലേ-
ക്കാഴ്ത്തുന്നു ലോകവും
പ്രിയരൂപരാശിയും
ഇവിടെയും താരങ്ങൾ
കഴുകനേത്രങ്ങളാഴത്തി-
ലഴകല്ല നേരല്ല
തിരിയുന്നതിരയൊന്നു മാത്രം.

നീ തന്ന രുചി, നേര്,
വിശ്വാസ മധുരവും,
നീ തന്ന വള, മാല
മൂവന്തിനിഴലിലെ
ഉമ്മയും രാമേട്ടാ
ഞാൻ മറക്കില്ല,
നീയെന്റെ പ്രേമത്തിൻ
ജന്മഭൂമി.
നിന്നെയൊരിക്കൽ ഞാൻ
കൊണ്ടുപോരാം,
ഇന്നുവേണ്ടിന്നുവേ-
ണ്ടോമലാനേ.

തൃശൂർ 03-03-1997

സൂസന്ന,
നിനക്കായി, ഞാനെന്റെ
ഇരുൾ വെളിച്ചങ്ങളെ
വർണ്ണശബളങ്ങളാക്കി

പകരമെൻ മാനം
കറുപ്പിക്കവേണ്ട നീ
നിറമുള്ള നുണചൊല്ലി
എന്നോട് മഴവില്ല്
ചമയേണ്ട നീ.

ഇണക്കങ്ങളെല്ലാം
പിണക്കങ്ങളാക്കും
കണക്കേ, വെറുപ്പാണെനിക്ക്
പ്രിയരൂപമൊക്കെയും
ഭയരൂപമാവും
വഴിക്കേ നടപ്പു ഞാനെന്നേ
നീ വരില്ലെങ്കിലും
എന്നെയും നിന്നൊപ്പം
കൂട്ടുകില്ലെങ്കിലും
ചെയ്യില്ല ഞാനാത്മഹത്യ.
കൊല്ലില്ല ഞാനെന്റെ സ്വൈരം.

ലീനയ്ക്ക് കൊല്ലത്ത്
ജോലിയും വീടുമു-
ണ്ടവളെ ഞാൻ കെട്ടും
അല്ലെങ്കിൽ രാധിക
ഗോപിക, ദേവിക
ഫാത്തിമ, നീലിമ,
ശ്യാമള, ശ്വേത, താര...
മാവിനും പ്ലാവിനും
പകരമെൻ തോട്ടത്തിൽ
നീ വരും കാലത്ത്,
മേപ്പിളും പോപ്ലാറും
നട്ടുതന്നാൽ മതി. ■

1998

ദുരന്തം/ദുരാദി

ഈഡിപ്പസുണ്ടോ?
ഇല്ല.
ആന്റിഗണി?
ഇല്ല.

ഏതെങ്കിലുമൊരു ട്രാജഡി?
ട്രാജഡിയില്ല
ട്രാജഡിയെപ്പറ്റിയുണ്ട്.
അരിസ്റ്റോട്ടിൽ നീഷേ
റെയ്മൺ വില്യംസ്...
പഠനങ്ങളുണ്ടെങ്കിൽ
പാഠങ്ങൾ വേണ്ട സാർ.
എമ്മേക്കും
ഏത് തിസിസിനും.

അല്ലെങ്കിൽ
മഹച്ചരിതങ്ങളുണ്ടോ?
ഗാന്ധി സാക്ഷ്യം?
മാവോ സാക്ഷ്യം?
കെൻസാരോ വിവ സാക്ഷ്യം?

അതുമില്ലെങ്കിൽ
ദൈവത്തിനും നേതാവിനുമിടയിൽ
ബലിയായവർ.
അസ്തിത്വവാദത്തിൽ
അകമെരിച്ചവർ;
തീവ്രവാദത്തിൽ
അകവും പുറവുമെരിച്ചവർ.
യക്ഷിക്കഥയ്ക്കും ചരിത്രത്തിനുമിടയിൽ
കുടുങ്ങിപ്പോയവർ,

ഭ്രാന്തോ കയ്പോ
നാവിലുരുക്കിയോർ...
അവരെയാരെയെങ്കിലും
അടുത്തുകാണാവുന്ന
ഒരു കൃതിയുണ്ടോ?
ദുരന്തമോ ദുരാദിയോ
അസംബന്ധനാടകമോ
തിരക്കഥയോ?

ഞങ്ങൾ ശേഖരിക്കുന്നത്
അവരെയെല്ലാം പറ്റിയുള്ള
ഏറ്റവും പുതിയ ജോക്സാണ് സർ.
ജ്യൂയിഷ്, നമ്പൂരീസ്, നീഗ്രോസ്,
ക്യൂബൻ, റഷ്യൻ, ചൈനീസ്,
റിലീജിയസ്, സെക്യുലർ, ഇക്കോസോഫിക്...
എല്ലാം പോപ്പുലർ ഫലിതങ്ങൾ.
സ്റ്റഫ് ചെയ്ത് ഫലിതമാക്കിയ
പഴഞ്ചൊല്ലുകൾ പ്രാർത്ഥനകൾ
മുദ്രാവാക്യങ്ങൾ വിലാപങ്ങൾ...
ആരെയും ചിരിപ്പിക്കുന്ന
പാരഡികൾ
മൊഴി മുറുക്കങ്ങൾ
ഏതവസരത്തിനും പറ്റിയവ.

ഫലിതമാകലാണ്
ചരിത്രമാകലെന്നല്ലേ കേക്കണ്?
വാർദ്ധക്യമോ രോഗമോ
മരണമോ ദുർഭരണമോ
നമ്മുടെ ജീവചരിത്രത്തെയും
കാർട്ടൂൺരൂപമാക്കില്ലേ നാളെ?
അപ്പോൾ ചിരിക്കാൻ കഴിയേണ്ടേ
നമുക്കും? ■

1998

പുഴയോട് പറഞ്ഞത്

പുഴമണലിലന്തിക്ക് ചെന്നിരിക്കെ
പുഴയോട്-
കാറ്റിനോ-
ടെന്തിനോ-
ടെന്തു ഞാൻ ചൊല്ലി?

ഒരുപാട് ജോലിയിന്നുണ്ടായിരുന്നു, അവ
കടുകയ്പ് വെളിവുകൾ തന്നുവെന്നോ?
അവ തീർത്തെറിഞ്ഞു ഞാ-
നിവിടേക്ക് പാഞ്ഞു നി-
ന്നലയിലിപ്പകലിന്റെ
പകനാറ്റിയെന്നോ?
ചൂണ്ടലിൽ കോർന്നോരു
വെള്ളിമീനെൻ പകൽ,
മണലിൽപ്പിടഞ്ഞ്
പടിഞ്ഞുവെന്നോ?
ഒരു ബസ്സിന്നുള്ളിലെ
തിങ്ങലിലെൻ പകൽ
പഴകിയോരെഞ്ചിനായ്
തേങ്ങി വിറച്ചു കിതച്ചുവെന്നോ?

യന്ത്രങ്ങൾ, സസ്യങ്ങൾ
ജന്തുക്കൾപോലെ നാം
ചിന്തിപ്പതറിയുന്നുവെങ്കിലും
സ്നേഹിപ്പൂ നമ്മെയെന്നോ?

പുഴമണലിലന്തിക്ക് ചെന്നിരിക്കെ
പുഴയോട്
കാറ്റിനോ-
ടെന്തിനോ-
ടെന്തു ഞാൻ ചൊല്ലി?

ഒരുപാട് മിത്രങ്ങൾ വന്നിരുന്നിന്ന്, അവർ
ഓരോ പകയും പ്രമാണമാക്കി.
ഓരോ ദുരയും ചരിത്രമാക്കി, അതിൻ
പ്രൊഫസർ
സെയിൽസ്മാനു-
മായിയെന്നോ?

മൃതിയും പിശാചും കളിക്കുന്ന ന്യൂക്ലിയർ-
ചതുരംഗമെന്റെയും ജന്മമെന്നോ?
പുതുലോകനിയമമോ, തട്ടിൻപുറം
നിറയും പിതൃക്കളോ
ശാപമോ
മറവിയോ
വ്യാധിയോ
വിധിയോ
വെറും തോന്നൽമാത്രമോ
ഒരു നിഴൽ ചോറിൽ
കുനിഞ്ഞു ഞാനെന്നാളു-
മുണ്ണുന്നതീയിരു-
ളുരുളയും കൂടിയെന്നോ?

അവർ പോയ പാടെ ഞാൻ
പുഴയിലേക്കൊഴുകി, ഈ
ഒഴുകലിലെന്നെത്തെളിഞ്ഞു കിട്ടാൻ, ഈ
ബന്ധങ്ങൾ തന്നുപ്പു-
ചാക്കിന്റെ ഭാര-
മലിഞ്ഞുപോകാൻ/ബാക്കി-
യാത്രയ്ക്ക് പൗർണ്ണമിയായെണീക്കാൻ.

ചിരിധാര ചൊരിയുമീ-
പ്പുഴയോട്
കാറ്റിനോ-
ടെന്തിനോ-
ടെന്തു ഞാൻ
പ്രാർത്ഥിച്ചു നിന്നു?
നാളെയുമാനേര-
മവരെയും കാത്തെന്റെ
കണ്ണുകൾ വാതിൽ തുറക്കുമെന്നോ,
ബിയറിന്റെ നുരപോലെ
പലനിലയായ് വമ്പ്
പതയുന്ന വാക്ക് രസിക്കുമെന്നോ.

പല ചെണ്ട കൊട്ടിയും
കൊട്ടിച്ചും ചങ്ങാത്ത-
യുദ്ധം തുടർന്നും
കളിക്കുമെന്നോ,
പലതരം ചിരിയും ചിരിക്കുമെന്നോ?

ചിരികൊണ്ട് നിർമ്മിക്കാം
സർവ്വായുധങ്ങളും
ചിരികത്തി
ചിരിവാള്
ചിരിയമ്പ്
ചിരിമിന്ന-
ലുറുമിയും
തോക്കുമെന്നോ, പൊട്ടി-
ച്ചിരിതന്നെ ബോംബും
മിസ്സൈലുമെന്നോ?
ചിരിപോലെ കൊല്ലുന്ന-
തൊന്നുമില്ലെന്നോ?

സിനിസിസമല്ലേ ഈ
ചിരിയിസമെന്നൊരാൾ
ക്ഷോഭിച്ചു വന്നാകി-
ലിത്രമാത്രം.
ചിരിതന്നെ പാൽക്കട-
ലതു കടഞ്ഞിനിമേലും
അമൃതം
വിഷവും
നിലാ-
വിരുട്ടും.
ചിരിയിലും വലുതാം
ശ്മശാനവുമില്ല സാർ,
അതിലല്ലി കുഴി വെട്ടി
മൂടുന്നു നാം ദുഃഖ-
സഹസ്രങ്ങൾ
അപ്രിയ സത്യങ്ങളും.

പുഴമണലിലന്തിക്ക് ചെന്നിരിക്കെ
പുഴയോട് കാറ്റിനോടെന്തിനോ-
ടെന്ത്
ചിരിക്കുന്ന ജന്തു ഞാ-
നേറ്റു ചൊല്ലി? ■

1998

മേള

ടാഗോർ ഹാളിൽ
ആറരയ്ക്ക്
താർകോവ്സ്കി സിനിമ,
'സാക്രിഫൈസ്'.

മഴ ചാറുന്നുണ്ട്.

ഈ രാത്രി തിരശ്ശീല ചോദിക്കും,
ജീവിക്കാൻ എത്ര വാക്ക് വേണം?
ഒരാൾക്കെത്ര വാക്കറിയാം?
അതിലെത്ര അയാൾ പറയും?
അതിലെത്ര അയാൾ നിറയും?
അതിലെത്ര മറ്റേയാൾ കേൾക്കും?
ദുനിയാവ് മുഴങ്ങും?

മണി നാലര.
ഓട്ടോ കിട്ടിയാൽ
ടാഗോറിലേക്ക് ട്രാഫിക് ജാമുൾപ്പെടെ
നാല്പത് മിസ്റ്റിക് മിനിറ്റ് ദൂരം

മനസ്സിന്റെ വാദ്യങ്ങൾ
മഴ മുറുക്കിത്തരും.

ഈ രാത്രി തിരശ്ശീല ചോദിക്കും:
എത്ര തിര പടർന്ന് മാഞ്ഞാൽ
നിന്റെ വാക്കൊരു തീരമാവും?
എത്ര നാവികർക്കാശ്വാസമായാൽ
നിന്റെ നില്പൊരു ദീപസ്തംഭമാവും?
എത്ര ധൃതിപ്പകൽ, പേടിയിരുൾക്കയം,
എത്രയർത്ഥങ്ങൾ, ആധിയിരുളുകൾ

കണ്ടുതീരായ, കൈയിലൊതുങ്ങായ
കാത്തുരുകൽ
എത്ര ശൂന്യത
വന്നടിഞ്ഞാൽ
നിന്റെ കണ്ണൊരു തുറമുഖമാവും?
എത്ര തൊണ്ട്, ഉപ്പ്,
ജല്പനം, കിടന്നുരുളൽ,
ജയിക്കായ്ക, തോൽക്കായ്ക
നിന്നെയും ഒരു കടലാക്കും?

മണി അഞ്ചേമുക്കാൽ
മഴ സന്ധ്യയെ
ലാമിനേറ്റ് ചെയ്യുന്നു.
നനഞ്ഞ നിലത്ത് ചിന്ത ചിതറി
വഴിയിലൊരാൾ പരുങ്ങുന്നു.
ഇനിയുമിരുന്നാൽ അയാൾ/
ആരെങ്കിലും കേറിവരും.

കക്ഷത്ത് മണം തൂവി
ജീൻസിട്ടു.
ഉത്സവബത്ത പോക്കറ്റിലുണ്ട്.
ഒരു ബോക്കഞ്ചിൻ ഫോട്ടോ കിട്ടണം.
ടാഗോറിൽ ഒരു പിൻവരിയും.

ഈ രാത്രി തിരശ്ശീല പറയും:
ഏതാനന്ദത്തിലുമുണ്ട്,
ഇത്തിരി ബലി. ■

1999

കടലിലെത്തിയാൽ
പുഴ പേരുപേക്ഷിക്കും

പുഴയിലൊഴുകി വന്ന ശവം
കച്ചേരിക്കടവിൽ
തൂങ്ങി നിന്ന ശവത്തെ
വിളിച്ചു.

മാതംഗി,
വാ, ഇറങ്ങി വാ.

നോക്ക്, വെള്ളത്തിന്റെ ചുണ്ടിലുമ്മ വെച്ച്
സിനിമപ്പാട്ടും കേട്ട് വെയിലൊഴുകുന്നു.
ഇറങ്ങി വാ,
നമുക്കുമൊഴുകാം
ഇഷ്ടക്കുളിരിൽ.
ജലഭൂതം ഇനി
എന്നെ വെയിലും
നിന്നെ കിണറുമാക്കി
അയിത്തപ്പെടുത്തില്ല.
മരിച്ചവരുടെ പ്രേമത്തെ
ശിക്ഷിക്കില്ല ജാതീം മതവും.

ഇനി വേണ്ട
അനുരാഗത്തിന്റെ അടക്കം,
അതിരുകൾക്കുള്ളിലെ ഒതുക്കം
സന്ന്യാസത്തിലെ പുഴുക്കം.
ദുഃഖങ്ങളോടിണക്കം.
ആർത്തിയാളുന്ന ഇന്ദ്രിയങ്ങളിൽ
സദാചാരത്തിന്റെ ചാട്ടവാർ,
അറിവിൽ അലിവിന്റെ നീതിമുഖം

വിശ്വാസത്തിൽ മുക്തി,
ഒന്നുമിനി വേണ്ട വേണ്ടെന്നാക്കിത്തന്നു
മാതംഗീ, മരണം.

നോക്ക്,
കൊക്കുകൾ വെയിൽ കായുന്ന
കണ്ടൽക്കാട് കണ്ടോ,
ഇംഗ്ലീഷ് സ്കൂള് കണ്ടോ,
നർഗ്ഗീസ്-രാജ്കപൂർ പോസ്റ്റർ
ഇനിയും മറക്കാത്ത വിഷാദക്കോട്ട കണ്ടോ,
വിഗ്രഹാരാധന പൊടിപൊടിക്കുന്ന
പാർട്ടിയാപ്പീസും ജാതിയാപ്പീസും കണ്ടോ,
അവ കടന്ന്
രണ്ടോ മൂന്നോ തുറിച്ച് നോട്ടങ്ങളും
കടന്നാൽ കടലായി.

കടലിലെത്തിയാൽ
പുഴ പേരുപേക്ഷിക്കും.
തീരങ്ങൾ തീരും.
പ്രേമത്തെപ്പോലെ പുഴ
പിന്നെയുമൊഴുകും.
കടലിലെ ഗുപ്ത ഒഴുക്കിലുണ്ട്
പ്രേമത്തിന്റെ നിത്യഗതി.
ഇറങ്ങി വാ,
പോയ് വരാം
ഇണത്തിരകളായ്.

പുഴക്കാറ്റിലാടിക്കൊണ്ട്
മാതംഗി പറഞ്ഞു:

നീ വന്നല്ലോ ആനന്ദാ
നഗ്നത പോലെ പ്രേമം
കാഷായത്തിൽപ്പൊതിയാതെ
പിരിമുറുക്കത്തിൽ
ദാഹക്കിറുക്കനാവാതെ.

എനിക്ക് നീയേ കടൽ;
ഞാനല്ലാതെ
വേറെ തീരങ്ങളില്ലാത്തത്. ■

ചോല

വഴിവക്കിലെ മരങ്ങൾ
സഹോദരരല്ല.
അകലേക്ക് വളരുന്നില്ല.
സുഹൃത്തുക്കളല്ല.
അടുപ്പത്തിലേക്കിടുങ്ങുന്നില്ല.
സഖാക്കളല്ല.
നിലപാടിൽ മാറ്റമില്ല.
കാമുകരല്ല
കെട്ടിപ്പിണഞ്ഞ് മറിയുന്നില്ല
സ്നേഹരോഗമില്ല.
ദ്രോഹരോഗവും.

മരിച്ചവരിൽ സ്ഥിതപ്രജ്ഞർ മാത്രം
മരങ്ങളായി ഉയിർത്തെഴുന്നേൽക്കുന്നു.
എരിവെയിലിൽ
തണലെഴുതാൻ കഴിയുന്നവർ മാത്രം
വൻമരങ്ങളായി വളരുന്നു. ■

മൂങ്ങ

ഞാനെന്നെ നേരിടും
നേരമില്ലായ്കയാ-
ലാരുടെ നിദ്രയോ
ഞാനുറങ്ങുന്നു.
ആരുടെ ഞെട്ടലോ ഞെട്ടുന്നു.
ആരുടെ കാമമോ കാമിക്കുന്നു.

ആരുടെ നോട്ടമോ
നോക്കുകയാലേ ഞാ-
നാരുടെ കാഴ്ചയോ കാണുന്നു
ആരുടെ ഭാഷയോ ചൊല്ലുന്നു.
ആരുടെ ജ്ഞാനമോ
ജ്ഞാനിക്കയാലെനി-
ക്കേതിന്റെ സാരവുമന്ധകാരം
ആരുടെ ചിന്തയോ
ചിന്തിക്കയാലെനി-
ക്കാരു-
മസഹ്യമാം ഭാരം
അപ്രാപ്യമാം ദൂരം.
ഇത്ര ഭാരിച്ചതാകണോ ജന്മം?
ഇത്ര ദൂരത്ത് നിൽക്കണോ താരം?

എങ്കിലും
ഏതിരുളിലും
ഇര
എപ്പോഴും വശ്യം.
വെളിവിലുംപൊരു-
ളെങ്ങുമദൃശ്യം.

രാപ്പാതിനേരം, പോയ
ജന്മങ്ങൾ തൻ കയം ലോകം.

മീൻ തൊട്ടുരുവങ്ങൾ പത്തല്ല
ലോകങ്ങളീരേഴുമല്ല
അക്കങ്ങളർത്ഥങ്ങൾ
പൊക്കങ്ങളാഴങ്ങ-
ളൊന്നും സമമല്ല.

സമത്വം ശമത്വം ദയധ്വം
ഓരോന്നുമന്തമില്ലായ
ലോകമേ തന്തയില്ലായ

ആരു കല്പിച്ച കർഫ്യൂവനുസരി-
ച്ചാകെയടച്ചിട്ടിരിപ്പൂ ഞാനെന്നെ?
ആരുറങ്ങുന്നെവിടെയെൻ നിദ്ര, യി-
ന്നാരുകാണും കിനാ-
വെൻ കിനാ-
വാരുടെ ചൊല്ലെന്റെ
നേർമിടിപ്പ്?

ആരു ചെയ്യുന്നതെൻ സമരം?
ആര് മരിക്കുന്ന-
തെൻ മരണം?
ആർക്കായുമാരും
കെടുത്താതെ
കാക്കുന്നതില്ലേ മനസ്സെന്ന്
തേങ്ങുന്നിതാരോ
മൊകേരിയിൽ? ■

2001

ആലപ്പുഴ–ചങ്ങനാശ്ശേരി ബോട്ടുയാത്രയിൽ

ആലപ്പുഴ–ചങ്ങനാശ്ശേരി
ബോട്ട് യാത്രയിൽ വായിച്ചിരുന്ന നോവൽ
ഒരു മയക്കത്തിൽ
കൈ വഴുതി
വെള്ളത്തിൽ വീണു.
ഓളങ്ങളിൽ അത്
ഉയർന്നു.
താണു.
ഉലഞ്ഞു.
ധർമ്മച്ചുഴിയിൽ കുടുങ്ങിയ
പഴയ കഥാപാത്രത്തെപ്പോലെ
നട്ടം തിരിഞ്ഞു.

II

കണ്ടിരുന്ന പ്രാവ്
ഒരില കൊത്തിവീഴ്ത്തിയില്ല.
ഇണപ്രാവിനോടത് പറഞ്ഞു,
'ഇന്ന് നീയൊരില കൊത്തിയിടൂ.'
ഇന്നലെ ഞാൻ, ഇന്ന് നീ.
ഞാനോ പ്രിയേ?
ഇന്നലെ ദയ ഒരു പച്ചില.
അവസാന ഇലയും കൊഴിഞ്ഞ്
എന്റെ ചില്ലയും ഒഴിഞ്ഞു.
ദയക്കാര്യം നീ മറന്നേക്കൂ മോളേ.
തളിർക്കാലം വരുംവരെ.

III

കടവത്ത്
ഡോബിനികൾ
അലക്കുന്നുണ്ടായിരുന്നു.
'വന്നല്ലോ വനമാല' എന്നോർത്ത്
തുണീംകുടിക്കളഞ്ഞ് അവരെല്ലാം
സോപ്പ് ഓപെറായിലേക്കോടിപ്പോയി.
അറിഞ്ഞതേയില്ല
പുസ്തകദുരന്തം.

IV

നോവലിന്റെ കവർച്ചിത്രത്തിൽ
ടൈറ്റാനിക് പോലൊരു
കപ്പലുണ്ടായിരുന്നു.
അതിലൊരു കപ്പിത്താനും
ഏതാനും കപ്പൽ ജീവനക്കാരും.
അതിനാലിത്തിരിനേരം പുസ്തകത്തിന്
വെളിച്ചത്തളികപോലെ
പൊന്തിക്കിടക്കാനായി.

താളുകളിൽ നനവ്
ഒരു വന്യനാവായി
ഇഴഞ്ഞ് തുടങ്ങിയതും
വാക്യങ്ങൾ ഭയന്നിളകി.
ഘടന ഉടഞ്ഞു.
എല്ലാറ്റിനും സ്ഥാനം തെറ്റി.
കള്ളന്റെ വാക്ക്
നേതാവിന്റെ നാവിൽനിന്നായി
കാമുകന്റെ ചിരി
കൊലയാളിയുടെ ചുണ്ടിലായി.
കഥ കലങ്ങി.

V

ചുറ്റും വെള്ളമിളകിയപ്പോൾ
നോവലിലെ മീൻ എന്ന വാക്ക്

സ്വപ്നംപോലെ സ്വന്തം അർത്ഥം കണ്ട്
ഭാഷയുടെ വലയിൽനിന്നൂർന്ന്
പുഴയിലെ മീനായി
പുതുനീന്ത് നീന്തി നീന്തിത്തിമിർക്കുമ്പോൾ
കാവൽമീനുകൾ വളഞ്ഞു:
പുസ്തകത്തിന്നിറങ്ങിവന്ന നീയാരാ?
മത്സ്യാവതാരം.
പുസ്തകത്തിൽ നിനക്കെന്തായിരുന്നു പണി?
വേദം വീണ്ടെടുക്കൽ.
എന്ത്?
മുക്കുവൻ എന്നെ സ്റ്റാർ ഹോട്ടലിലേക്ക്
എഴുന്നെള്ളിക്ക്യാർന്നു.
പുസ്തകത്തിൽ
നിന്റെ കൂടെയുണ്ടായിരുന്നവരാരെല്ലാം?
പലനാട്ടുകാർ, മറന്നു.
നീ വരാലാണെന്നോർമ്മേണ്ടോ?
ഉണ്ട്. തനി നാടൻ.
ഇത് കുട്ടനാടാണെന്നോർമ്മേണ്ടോ?
ആ ഓർമ്മ മങ്ങി.
ഈ വെള്ളത്തിൽ
നിന്റെ തന്ത തള്ളമാരുടെ
ചോരേം വീറും
ചേർന്നിട്ടുണ്ടെന്നറ്യാമോ?
വീരഗാഥകൾ മറന്നു.

നിനക്കൾഷിമേഴ്സുണ്ടോ?
മറവിക്കെതിർമരുന്ന്
ഞാൻ വിഴുങ്ങീട്ട്ണ്ട്
എന്താത്?
ഒരു മുദ്രമോതിരം.
പുറത്തെടുക്കൂ.

അതിലെ നാടുവാഴിമുദ്രയാണ് പ്രശ്നം.
പുറത്തെടുക്കുമ്പോൾ
ഓർമ്മ ഒരു നാടുവാഴിത്തരോഗം,
മറവിയിലും കഷ്ടം. ■

ത്രിമാനലോകത്തിനപ്പുറം

"പ്രണയത്തിലും ലളിതമായി ഒന്നുമില്ല.
നഴ്സറിപ്പാട്ട് പോലും" - അവൾ.

"പുതിയ വെയിൽ, കാറ്റ്, പച്ചില, തണൽ,
വെബ് പേജിൽ പോലും.
പുതുമണം, ഈണം, താളം തീവണ്ടിക്കുപോലും.
പ്രണയത്തിൽ ലോകത്തിന് പുതുയൗവനം." - അവൻ.

"സ്വപ്നത്തിൽ ജീവിക്കുന്ന പോലെ."
"പ്രണയത്തിലും നല്ല പാട്ടില്ല. അതിന്റെ
ഒരു ചരണമെങ്കിലും പാടാത്തവരാരുമില്ല."

"അതെ, പഴയ ചില കുയിലുകളിലേക്കുള്ള
പതനമാണ് പ്രണയം.
യുക്തിഭയത്താൽ മറഞ്ഞിരിക്കുന്നത്,
പാട്ടിൽ നിറഞ്ഞിരിക്കുന്നത്,
ഇരിക്കാൻ സ്വന്തം കൂടില്ലാത്തത്..."

"മനസ്സിന്റെ ഏറ്റവും പഴയ
ശൂന്യാകാശയാത്ര."

"പരിക്കോടെ മാത്രം
'സ്വബോധത്തിലേക്ക് തിരിച്ചെത്തുന്നത്."

"പ്രബുദ്ധതയോടൊപ്പമെത്താൻ
വാസനയുടെ തീവ്രസ്വരം പ്രണയം."

"ഇത്ര വരൾച്ച ഇപ്പോഴേ വേണ്ട."

പിന്നെ അവർ
പിസ്സാക്കോർണറിൽനിന്നിറങ്ങി
കറുത്ത ഗർത്തങ്ങളെപ്പറ്റി ഹോക്കിൻസ്
തിരുത്തിപ്പറഞ്ഞതിനെക്കുറിച്ച് തർക്കിച്ച്
കാമ്പസ്സിലെ സ്വന്തം ലാബുകളിലേക്കു പിരിഞ്ഞു.

'ബൈ.' ■

അവരവരിലേക്കിടറി വീഴാതെ

"**ഞാ**ൻ നന്നങ്ങാടിയിലിരുത്തപ്പെട്ടു,
നരവംശശാസ്ത്രത്തിൽ ഞാൻ ചേരും."

"ഞാൻ മുതുമക്കത്താഴിയിൽ;
കെട്ടുകഥകളിൽ ഞാൻ ചേരും."

"ചന്ദനവിറകിൽ ഞാൻ ദഹിപ്പിക്കപ്പെട്ടു.
ചരിത്രപുസ്തകങ്ങളിൽ ഞാൻ നിറയും.
പാതകളും സർവകലാശാലകളും
എന്റെ പേരിൽപ്പടരും.
എന്റെ പരമ്പര നാട് വാഴും.
വേറൊരു സ്വർഗത്തിൽ ഞാൻ വിശ്വസിക്കുന്നില്ല."

"കാരകിലിന്റെ പേടകത്തിൽ
ഞാൻ അടക്കം ചെയ്യപ്പെട്ടു;
കുടുംബവകക്കല്ലറയിൽ.
മാല മോതിരം വാച്ച് കണ്ണട ഷൂസ്
റീത്ത് പ്രാർത്ഥന എല്ലാം സഹിതം.

കാലിഫോർണിയായുടത്രേം
ദൂരത്താ സൊർഗരാജ്യമെന്നാല്യോ ഞാനോർത്തത്;
അവിടാണെങ്കി അച്ചങ്കുഞ്ഞൊണ്ട്
സൂസിയൊണ്ട്
എല്ലാമൊണ്ട്.
വീട്ടുകെണറ്റിലെ വെള്ളം പോലെ തൊട്ടടുത്താ
ഈ തണുത്ത ലോകമെന്നോർത്തതേയില്ല ഞാൻ.
എന്റെപേർ പ്രാർത്ഥനകളിൽ ചേർന്നത് ഞാൻ
കേക്കാറൊണ്ട്; ആറ്റിലിരട്ടിച്ച്
എന്റെ അൽസേഷ്യന്റെ കുരയും."

"പണി തീരാത്ത ഒരു സീനിൽനിന്ന്
വീണൊടുങ്ങി

എന്റെ ലോകാടനം.
കഴുതയായും കഥകളായും തീയായും
ഞാൻ ഉയിർത്തെണീക്കാറുണ്ട്,
അഗ്രഹാരത്തിലും തെരുവിലും.
വള്ളക്കാരുടെ വിളികളായ് ഇപ്പോഴും
അക്കരയിക്കരെ ഞാനെത്താറുമുണ്ട്."

"വിരുദ്ധവിശ്വാസികൾ
എന്റെ ചിതാഭസ്മം
തർക്കച്ചെളിയിലിട്ടു;
ആർക്കത് തർപ്പണം? വളം? ഇര?
യജ്ഞോപവീതം?
ജന്മത്തിന്റെ ഇടനാഴിയിൽ
കരഞ്ഞു കൂട്ടുന്ന പൂച്ചകൾക്കറിയാം.
ഭാഷയുടെ പുഴയിൽ കടലിൽ കൊടുമുടിയിൽ
എന്നേ ഞാൻ അലിഞ്ഞു കഴിഞ്ഞെന്ന്."

"കുഴിയിലിരുത്തപ്പെട്ട എന്റെ മേൽ
ഉപ്പുപരലുകളുടെ ഹിമവെണ്മ
ചൊരിയപ്പെട്ടു.
ലോകത്തിന്റെ രുചികളിൽ ഞാൻ ചേരും."

"നീയോടി?"
"ഉയിരോടെ ഞാൻ ചുട്ടെരിക്കപ്പെട്ടു;
കുഞ്ഞുമക്കളോടും കുടിലോടുമൊപ്പം
നാടാകെപ്പടരും ഞാൻ
വെളിച്ചത്തിന്റെ കടലിൽ
എന്നെന്നും ഞാൻ തിരയടിക്കും,
എന്നെന്റെ പാർട്ടി പറഞ്ഞു. "

ആത്മാക്കളുടെ ഇറങ്ങി നടപ്പ്
അവരവരിലേക്കിടറിവീഴൽ
മാത്രമായപ്പോൾ
ഉസ്താദ് അമീർഖാൻ
'ദർബാരി' തുടങ്ങി;
എല്ലാവരുടേയുമായ
ഒരിടം തേടി. ■

ചിരിക്കുന്ന പാവകൾ

പരപത്നി ഗുണങ്ങൾ ചൊല്ലി ഞാൻ;
പരപുരുഷ പുണ്യങ്ങൾ പാടി നീ...
പരം പരം പരം
പരമനിർവൃതി.

അടഞ്ഞു പാതകൾ
അകപ്പുരങ്ങളിൽ
തുറന്നു വിട്ടു നാം
ശകാര നായ്ക്കളെ.

കഴുതേ
കുതിരേ
കൊരങ്ങേ
മൂങ്ങേ
നായേ
പോത്തേ

നോക്കെറിഞ്ഞു ക്രുദ്ധമാം
വാക്കെറിഞ്ഞു താവഴി-
പ്പേരെറി-
ഞ്ഞെറിഞ്ഞുടച്ചു റേഡിയോ.
വലിച്ചെറിഞ്ഞു
കഥ നിറഞ്ഞ
പ്രേമകാലഡയറികൾ.
തൊഴിച്ചെറിഞ്ഞു
നോക്കി നിന്ന്
ചിരി ചൊരിഞ്ഞ പാവയെ.

പരം പരം പരം
പരമ സംഘർഷം.

തകർത്തെറിയലി-
ന്നരങ്ങ് മൂക്കവേ,
മുഴങ്ങി കോളിംഗ് ബെൽ.

തുറക്ക് നീ
തുറക്ക് നീീ
തുറക്ക് നീീീ

തുറന്നതും രണ്ടാൾ
ചിരിയുമായ് മുന്നിൽ
പരപുരുഷനും
അവന്റെ കെട്ട്യോളും.

ചിരിച്ചു നാം
രസിച്ചു നാം
കൊറിച്ചു നാം ഉപ്പും
മധുരവും ചേരും
പ്രണയമിശ്രിതം.

ചിരിക്കുന്ന പാവ
ചിരി തന്നെ ചിരി
നിലംപരിശിലും.

പരം പരം പരം
പരമാനന്ദമെ-
ന്നതേ പറയാവൂ. ■

കൊന്നു, അത്രതന്നെ

അവളെ
അവനെച്ചൊല്ലി,

അവനെ
അവളെച്ചൊല്ലി,

മിത്രത്തെ
ശത്രുവിനെച്ചൊല്ലി,

നിറത്തെ
നിറം ചൊല്ലി,

മതത്തെ
മതം ചൊല്ലി,

വിശ്വാസത്തെ
വിശ്വാസം ചൊല്ലി,

കൊന്നു.

സ്വാതന്ത്ര്യത്തെ
ഭരണംകൊണ്ട്,
വ്യക്തിയെ
ബിംബംകൊണ്ട്,
ബുദ്ധിയെ
ലഹരികൊണ്ട്,
സ്നേഹത്തെ
കാമാർത്തികൊണ്ട്,
ധൈര്യത്തെ
ഡാവുകൊണ്ട്,
ഭീകരതയെ
ഭീകരതകൊണ്ട്,
കൊന്ന്
കൊന്ന്

മിണ്ടാതെ ബസ്സിലിരിക്കുന്ന
കൂട്ടിമുട്ടാത്ത
നഗരനോട്ടങ്ങളിൽ
എന്നെ മറവ് ചെയ്യാൻ
വന്നതാണ് ഞാൻ.

ഞാൻ കൊന്നതെന്തിനാച്ചാൽ
കൊന്നു, അത്രതന്നെ.
അവ തന്ന ചൂട്ട് കെട്ടിട്ടല്ല,
അവയെന്നെ ഞെരിച്ചിട്ടല്ല,
അവയുടെ
ചോദ്യമാകൽ
കടമാകൽ
കടംകഥയാകൽ
ഭ്രാന്താകൽ
ഭാരമാകൽ
മടുത്തിട്ടല്ല,
അവയുടെ
മുള്ളും മുടിയും
തൂവലും കിനാവും
എന്റെ അണ്ണാക്കിൽ
കുരുങ്ങീട്ടല്ല,
അവയുടെ പാരിസ്ഥിതികമൂല്യം
അറിയാഞ്ഞുമല്ല.
മറ്റു കാരണങ്ങളുമില്ല.

തോന്നി,
കൊന്നു,
അത്രതന്നെ.

മറ്റുള്ളവർ കൊന്നതിന്റെ കാരണം
അവരോടുതന്നെ ചോദിക്കണം. ■

ചക്കക്കുരുവിന്റെ ചെറുകാഴ്ച

ആരാധകരുടെ
ഈ മൂളിപ്പറക്കൽ അസഹ്യം.
ഈ മണം ഗൃഹാതുരം
ഈ മധുരം കാല്പനികം
ഈ തണൽ യാഥാസ്ഥിതികം.
പ്ലാവിലക്കാളേപ്പൂട്ടി ഈ തണലത്ത്
ഒരു കുട്ടീം ഇന്ന് കളിക്കുന്നില്ല.
പ്ലാവിലകൊണ്ടിന്നാരും
കഞ്ഞി കുടിക്കാറുമില്ല.
പാത്തുമ്മാടാടിനെ കാണാനുമില്ല.

പച്ചയായാലും
പഴുത്തതായാലും ചക്ക
മുള്ളുമതിലുള്ള തടവറ.

പുറത്ത് പോണം
എനിക്കീ ചുറ്റുകോട്ടേന്ന്
തടിച്ച് വീർത്ത് വൃത്തപ്പെട്ട്
എപ്പഴും കുനിഞ്ഞ
ഈ മണ്ടത്തരമേന്ന്.

സ്യഷ്ടിക്കണം എനിക്കെന്റെ
തനിപ്പുത്തൻ പ്ലാവ്:
രാജാവിനൊളിച്ചിരിക്കാൻ
ഉള്ളിൽ ശൂന്യത കരുതാത്തത്.*
ചില്ലകൾ ദേവതാരുവിന്റേതുപോലെ
ധ്യാനം നിറഞ്ഞത്.
ഇലകൾ അരയാലിന്റേതുപോലെ
മനസ്സിലേക്ക് ചൂണ്ടുന്നത്.

---

* മാർത്താണ്ഡവർമ്മ; അമ്മച്ചിപ്ലാവ്

പൂക്കൾ കണിക്കൊന്നയുടേതുപോലെ
ഉദയം നിറഞ്ഞത്.
തണലോ, ഒറ്റമരത്തിന്റെ
കാറ്റുകൊള്ളിത്തണലല്ല,
കഥയരുവി പടർന്ന
കാടിന്റെ കടൽത്തണൽ.
കീർത്തി പോപ്ലാറിന്റേതുപോലെ.
കവിത നിറഞ്ഞത്.
നാടനും ലോകനുമായത്.

II

പഴുത്ത ഭാവുകത്വം വീണു.
പച്ചപ്പുതുമ പൊട്ടിച്ചിരിച്ചു.

മഴ വന്നു
ചക്കക്കുരുവിന്
വേര് വന്നു.
ഇല വന്നു.
തണൽ വന്നു.
താളം വന്നു.

വെയിൽ മഞ്ഞ് മഴകൾ
നൃത്തമാടി
നൃത്തമാടി
പ്ലാവായി വളർന്നപ്പോഴേക്കും
ചക്കക്കുരു സ്വപ്നം പലതും മറന്നു.

അത് ചിന്തിച്ചു.
സമയമായി.
എനിക്കും കായ്ക്കണം;
ഒരുത്തമ തേൻവരിക്കച്ചക്ക.
എമ്പാടും തിരയടിക്കണം
അതിന്റെ പുതുമണം.
കൊതിമൂത്താരാധകർ
മൂളിപ്പറന്ന് വരണം
വിദേശങ്ങളിൽനിന്നുപോലും.

വിപണി നന്നായാൽ മതി
രാജ്യമേതായാലും.
വിപണിപ്പൂകളേ ഇന്ന്
ദേശപ്പൂകൾ. ■

കാക്ക പറക്കും ദൂരങ്ങൾ

കാത്തു,
നനഞ്ഞ കൈ കൊട്ടി വിളിച്ചു,
പതിവിടങ്ങളിൽ പരതി,
കാണാനില്ല കാക്കയെ.

കിണറ്റിൻകരയിൽ
ബ്രഹ്മിയിലകളുടെ മൃദുജാഗ്രത.
മാവിൻചില്ലയിൽ
മധുരത്തിന്റെ അണ്ണാൻചൊല്ല്.
ആകാശത്തിൽ.
വളയാത്ത വെള്ളവരയുടെ
ജെറ്റ് പാഥം. എവിടെയും
കാണാനില്ല കാക്കയെ.

ആവശ്യമില്ലെങ്കിൽ
മുറ്റം നിറയെ കാക്കയെന്നമ്മ
കാക്കയ്ക്കുണ്ടായിക്കാണും
നിന്നെക്കാൾ യുക്തിവിവേകമെന്ന് ചേട്ടൻ.

ഇല്ലാതായോ കാക്കകളും
പിതൃക്കളും മാതൃക്കളും?

ആറ്റൊഴുക്കിൽ ഇലയെറിഞ്ഞ് ഞാൻ
ദില്ലിക്ക് മടങ്ങി.
എയർ ഹോസ്റ്റസ് താജ് ഹോട്ടൽമണങ്ങൾ വിളമ്പി.
തൂശനിലയിലെ നിറങ്ങൾ.
ആറ്റൊഴുക്കിൽ
വളവ് കടന്നു പോയി.

ജനറൽ കമ്പാർട്ട്മെന്റിലെ ജനറൽസീറ്റിൽ
ഇപ്പോഴും അച്ഛൻ ഇരിപ്പുണ്ടെന്ന്

തോന്നിക്കൊണ്ടേയിരുന്നു.
അകന്നിട്ടും കാണാം കാറ്റിൽ
ആ രണ്ടാംതുണ്ടിന്റെ വെണ്മ, വിട,
എനിക്ക് മാത്രം കാണാവുന്ന
ബന്ധത്തിന്റെ ജെറ്റ് വര
എന്ററ്റത്ത് അത് പിഞ്ഞിത്തുടങ്ങി.

എന്നെങ്കിലും പെൻഷനായിട്ടോ മറ്റോ,
ഞാൻ തിരിച്ചു വരുന്നെങ്കിൽ
ആ വരവൊരു കാക്കയായിട്ടായിരിക്കും;
മയിലല്ലാതായിട്ട്.
പരേതാത്മാക്കളേയില്ലാതായിട്ട്.

ഒട്ടുമാവിൻ ചില്ലയിലോ
ഫ്ളാറ്റിന്റെ ബാൽക്കണിയിലോ
പാർക്കുകളിലോ ഇരുന്ന്
കൊച്ചുമക്കളെ നോക്കുന്ന
വെറുമൊരു കറുത്ത പക്ഷിയായി.

അവരുടെ കൈയിൽ
നാടൻ നെയ്യപ്പമല്ല
ഗ്ലോബൽ റിമോട്ടുകളുമല്ല
കാണാ കുഞ്ഞുവിലങ്ങുകൾ കണ്ട്
പേടിക്കുന്നതാവുമോ
അന്നെന്റെ പിതൃനോട്ടം? ■

ആദ്യപ്രേമം

ആദ്യപ്രേമം
ആദ്യകവിതയുടെ
ആദ്യവരിപോലുദിക്കുമൊരു മിന്നൽ.
അതിന്റെ പൂരണം ഒരു കവിജന്മം.
ഒരിക്കലും മുഴുമിക്കണമെന്നുമില്ല.

ആദ്യപ്രേമം
ആദ്യ ഹൃദയാഘാതംപോലെ.
അറിയാതെ പോയെന്നു വരും.
മണ്ണിനടിയിൽ തുടരും ആ കമ്പനം
ആഴങ്ങളുടെ ജീവന്മരണമുഴക്കം.

കടലിൽ തുടരും
പാഴൊച്ചകൾ വന്നു മൂടാതെ,
പാട്ടുകൾ വെയിൽകായുന്ന
ആ നെടുവീർപ്പിന്റെ തിര,
നടനം.

ഉറങ്ങാതിരുന്നെങ്കിൽ
ഭൂമിയുടെ ആ കൊലുസ്,
നിലയ്ക്കാതിരുന്നെങ്കിൽ
ഭൂമിയുടെ ആ കുലുങ്ങിച്ചിരി.

നാറ്റങ്ങളുടെ പുതുതിരക്ക്
വന്ന് മൂടാതെ തുടർന്നെങ്കിൽ
അതികാലത്തെ
ആദ്യനടപ്പുകാരന്റെ മുന്നിലെ
പട്ടണറോഡുകൾ പോലെ
നാട്ടുമണങ്ങളുടെ
ആ കൗമാരവരമ്പുകൾ. ■

ഏത് വീട്ടിലും

പ്ലാസ്റ്റിക് ബക്കറ്റിന്റെ തുരുമ്പിച്ച പിടിയിൽ
ഒരു പ്രേമമഴവില്ലുണ്ട്.
നന്ദനോ മീരയോ അറിയുന്നില്ല
അതവിടെയുണ്ടെന്ന്.
തെരയുന്നുമില്ല,
അതെവിടെയുണ്ടെന്ന്...

കല്യാണം കഴിഞ്ഞെത്രനാളായാൽ
കാമുകൻ പ്രേമം മറക്കും?
കുട്ടിക്കാലം പോലെ ഇടയ്ക്കെങ്കിലും
പ്രേമകാലം ഓർക്കും, ഈ പ്രേമം
തെറ്റിപ്പോയി എന്നോർത്ത് നീറിത്തുടങ്ങും,
തെറ്റ് തിരുത്താൻ ചിലരെങ്കിലും
പുതിയ പ്രേമം നടും, ചിലരെങ്കിലും
പിരിയും
നീറാതെ, പിരിയാതെ
ചിലരെങ്കിലും പാട്ട് തുടരും.

ഏത് വീട്ടിലുണ്ട്
എന്നും പഴകുന്ന പുതുമ?
എന്നും പുതുക്കേണ്ട പഴമ
എന്നും വിളിച്ചുണർത്തേണ്ട വിളക്കുകൾ
എന്നും ചൂടാക്കേണ്ട തണുപ്പുകൾ
എന്നും തണുപ്പിക്കേണ്ട ചൂടുകൾ
എന്നും നിറയ്ക്കേണ്ട പാത്രങ്ങൾ
എന്നും തിളക്കേണ്ട മുഷിവുകൾ
എന്നും കളയേണ്ട ചവറുകൾ
എന്നും അണിയേണ്ട നുണകൾ
എന്നും മൂടിപ്പിടിക്കേണ്ട വിലങ്ങുകൾ
എന്നും കെടുത്തേണ്ട തീ.

വീടുകൾ കൊണ്ടുണ്ടാക്കിയ
മനസ്സിലെപ്പോഴും
അടഞ്ഞു നിൽക്കുന്നു
ചില കനത്ത വാതിലുകൾ.
കിലുങ്ങുന്നു,
മറന്ന താക്കോലുകൾ.

താഴേക്ക് പറക്കുന്ന ഷവറിൽ
താമരയിലയിലെ മുനിത്തുള്ളിയിൽ
വെള്ളത്തിലെ ശമനവെളിച്ചങ്ങളിൽ
വസിക്കുന്നുണ്ട്
ഒരു മഴവില്ലിന്റെ ആത്മാവ്.
മറന്നതിനെല്ലാം പുതുജന്മവും
പുതുപാട്ടുമായി
ഒരു പ്രണയഗന്ധർവൻ.

വെപ്പിനും അലക്കിനും കുളിക്കും
കാക്കത്തൊള്ളായിരം ചെറുചെറു
ഓട്ടങ്ങൾക്കുമിടയിലെ കാഴ്ചനഷ്ടത്തിൽ
മീരയും നന്ദനും അത് കാണുന്നില്ലെങ്കിലും
അറിയുന്നില്ലെങ്കിലും. ■

ഓർമ്മകൊണ്ട്
തുറക്കാവുന്ന വാതിലുകൾ

ഭൂഗർഭ കൽക്കത്തയിൽ
റെയിൽ പോകും പാതയിൽ
കവിക്ക് രണ്ട് സ്മാരകങ്ങൾ:
രവിന്ദ്രസദൻ
രവീന്ദ്ര സരോവർ.

അവിടെ
ചുവർ, ചിത്രം;
ഇടം, കവിത;
നേരം, സംഗീതവും.

ചിത്രങ്ങളിൽ ഇരുട്ടുണ്ട്, വെളുപ്പും.
രാപകലുകളല്ലവ;
ദേവാസുരരുമല്ല.
അവയുടെ കഥനത്തിൽ കാലം
ദൈവത്തുടർച്ചയുടെ ഘടികാര-
ജപമല്ല.

ചിത്രങ്ങളിലെ ഇരുട്ട് തണുത്തിരുന്നു.
മഞ്ഞിൽ യാക്ക് നിൽക്കുംപോലെ
വെളുപ്പിൽ ചിത്രമായി നിൽക്കുന്ന
ആ ഇരുട്ടിനെ ഞാനടുത്ത് കണ്ടിട്ടുണ്ട്.
സിക്കിമിലെ ഹിമാലയത്തിലും
മണൽ പൊട്ടിച്ചിരിക്കുന്ന
കൊല്ലത്തെ നിലാവിലും
തെരേസാമ്മയുടെ മനസ്സിൽ
ഒരു തെരുവുകുഞ്ഞായുറങ്ങുന്ന
കൽക്കത്തയിലും.

ആ ഇരുട്ടിന്
മുഖം ഭ്രാന്തന്റെ.
നിസ്സഹായതയുടെ.

കണക്ക് പരീക്ഷയുടന്നത്തെ നട്ടുച്ചവെയിലിൽ
കടമ്പനാട്ടെ ക്ലാസുമുറിക്ക് വെളിയിൽ
മറവിയുടെ ആ ഭ്രാന്തനിരുട്ട്
വന്നു നിന്നു.
ഉത്തരങ്ങൾ എന്നെ വിട്ടിറങ്ങിപ്പോയത്
ആ കൊക്കയിലേക്ക്.
1976-ൽ
നീർക്കോലിയും മൂർഖനായ രാത്രിയിലെ
പാഴ്ച്ചില്ലയും ബയണറ്റായ രാത്രിയിലെ
റെയ്ഡിൽ
ഉത്തരങ്ങൾ എന്നെ വിട്ടിറങ്ങിപ്പോയത്
ആ ജീപ്പിലേക്ക്.
ആ ഗൗണിലേക്ക്.
ആ പാതാളത്തിലേക്ക്.

ആ ഇരുട്ട് മൂളുന്നത്
എന്റെ കൂട്ടുകാരുടെ
കവിതയിൽനിന്ന് സർക്കാർ
വെട്ടിയെറിഞ്ഞ വരികൾ.
പറയുന്നത്
അവർ പാതിയെഴുതിയ കഥ.
രൂപത്തിന്റെ മുനമ്പുകൾക്കുള്ളിൽ
അത് നിവർത്തുന്നത്
ഒരുപാട് കൊല കണ്ടവരുടെ
ഏകാന്തതയുടെ ഭൂപടം,
രാക്കിളികൾ പാടാത്തിടം.
വാക്കുകളും ചിത്രങ്ങളും
വിളിക്കുന്നേടത്തെക്കെല്ലാം ഓടിയെത്തുന്ന
രാത്തുമ്പികൾ.
പരേതാത്മാക്കളാണെന്ന് ടാഗോർ,
ലോകവായനയ്ക്കായി തിരിച്ചു വന്നവർ.

അവരാഗ്രഹിച്ചു:
ഈ മെട്രോ നിലയങ്ങൾ പോലെ-
യായിരുന്നെങ്കിൽ ശ്മശാനങ്ങൾ!

ദൈവങ്ങളുടെ ജന്മസ്ഥാനങ്ങൾ,
ദേവാലയങ്ങളും.
ചിത്രവും കവിതയും
തോരാസംഗീതവും വാഴുന്നിടം
വിഭജനങ്ങളും വിവേചനങ്ങളുമില്ലാത്ത
രാപകലുകളുടെ
വേർതിരിവു പോലുമില്ലാത്ത
ഭൂഗർഭ ദിവസങ്ങളെപ്പോലെ.

ആ രാത്തുമ്പികളിൽ
റേയും ഘട്ടക്കും ബിസ്മില്ലാഖാനും
രാമനും കൃഷ്ണനും പ്രവാചകന്മാരും
ഇല്ലെന്ന് പറയാനാവില്ല. ■

പ്രേമസംരക്ഷണസമിതിയുടെ സെമിനാർ - ഒരു റിപ്പോർട്ട്

പ്രണയികൾ ജാതി മറന്നിരുന്നു.
ജാതകവും
ത്രികാലജ്ഞർ മറന്നില്ല.
സ്ക്രീനിലെ പ്രേമം രസിച്ചെങ്കിലും
അവർ പ്രേമത്തെ എതിർത്തു.
തത്കാലജ്ഞരിൽ പ്രണയം വളർന്നു.

'ആർഗ്വിമെന്റേറ്റീവ് ഇൻഡ്യനി'ൽ അമർത്യാസെൻ
ടാഗോറിന്റെ കാമുകിയെപ്പറ്റി എഴുതിയത് വിവരിച്ച്
'പ്രേമം എന്തിനെങ്കിലും പകരമോ?'
അവതരിപ്പിച്ച ഡോ. നീന
പറക്കുന്ന മുടി മാടിമാടിനിന്ന് സദസ്സിനു പകർന്നത്
പ്രണയാശയങ്ങളുടെ അഴകായിരുന്നു:

അറ്റ ചറകിനു പകരം
സ്വകാര്യതയിലെ ചെറു ചെറു
ദൈനംദിന മരണങ്ങൾക്ക് പകരം
പൂർണ്ണപുതുജന്മം പ്രേമം.
തരിശിനു പകരം
വിതയും വിളയും കൊയ്ത്തും പ്രേമം.
തുറുങ്കിനു പകരം തുറസ്സ്
ഒന്നുമില്ലായ്മയ്ക്ക് പകരം
എല്ലാറ്റിലും ഉണ്മ.
എന്തിനെങ്കിലും പകരം
എന്തിനെങ്കിലും പോഷകം
ഏതു പ്രേമവും.
വന്ന കാമുകൻ
വരേണ്ടിയിരുന്ന കാമുകൻ
പകരമായിരുന്നെന്ന്,

കിട്ടിയതെല്ലാം ഓരോ ചുംബനവും,
പകരാഘോഷമായിരുന്നെന്ന്
മറ്റേതോ ചുണ്ടിൽ
ആഴേണ്ടതായിരുന്നെന്ന്,
സ്വന്തം ഇണയെ എനിക്ക് കിട്ടിയില്ലെന്ന്
എന്റേതൊരു പകരവാഴ്വായിപ്പോയല്ലോയെന്ന്.
രണ്ടളവിലെ ചെരിപ്പുകളി-
ലാവാതെ പോട്ടെ
ആരുടെ നടപ്പും.

ഡോ. നീനയായിരുന്നു
രാവിലത്തെ സെഷന്റെ നേരും വീറും.

അവരുടെ ഇറാഖി കാമുകനോട്,
വിമൻസ് കോളേജിലെ
ജേണലിസം കുട്ടികൾ ചോദിച്ചു:
ഇറാഖിൽ ഇപ്പോഴുമുണ്ടോ പ്രേമം?

"ണ്ട് - ഇപ്പോഴും ജനനമുള്ളതു പോലെ.
തീയിലും പുകയിലും ചെയ്യുന്ന മഴപോലെ.
മക്മൽബഫ് കാണിക്കുന്ന മണ്ണിന്റെ മഞ്ഞയില്ലേ,
പേർഷ്യൻ പ്രേമത്തിന്റെ കെടാജ്വാല?
ഇറാഖിന്റെ രക്തത്തിലാളുന്നതും അതേ ജ്വാല.
പ്രതിരോധത്തിന്റെ പാളയത്തിൽ പ്രേമം
ഭാവിയുടെ കൂടാരം."

"കിഴക്കോ?"

"ബീജിംഗിലെ പ്രേമം
തോളത്തെ അലസമായ ഒരു കൈ.
ബസ്റ്റോപ്പിലെ ഒരു പരസ്യചുംബനം
ബാങ്കോക്കിൽ പ്രേമം ഉറകളുടെ ഒരു പാക്കേജ്.
ആരാദ്യം കൊഴിയും എന്ന് തമ്മിൽപ്പുണരുന്ന
ഇലത്തുമ്പും മഴത്തുള്ളിയും
അരുണാചലിലെ പ്രേമം."

"കേരളത്തിൽ?
മതിലിനപ്പുറത്തെ പൂവ്."

2

'പ്രേമവും മൊബൈൽ ഫോണും പെൺവാണിഭവും'
'പ്രേമവും ജാത്യാതീത മാനവികതയും'

'കാമുകൻ കാമുകിയുടെ
ഉടൽ മോഹിക്കുന്നത് പ്രേമമോ?'
'റൂമി, ജിബ്രാൻ, മാധവിക്കുട്ടി
എന്നിവരിലെ പ്രണയ വെളിപാടുകൾ'
എന്നീ അവതരണങ്ങളും ജോറായി.

ഉച്ചതിരിഞ്ഞ്,
തെരഞ്ഞെടുത്ത പ്രണയഗീതങ്ങളുടെയും
അഷ്ടപദിയുടെയും ആലാപനം
ലൈല, മജ്നു, രമണൻ, ചന്ദ്രിക,
അനാർക്കലി, സലിം, വാസവദത്ത,
പരീക്കുട്ടി, കറുത്തമ്മ തുടങ്ങിയ
പ്രണയികളുടെ പോർട്രേറ്റ് പ്രദർശനം.
പ്രണയ മിമിക്സ്.
സ്വപ്നനഷ്ടത്തെക്കുറിച്ച്
മൂത്തോരുടെ നിയോറിയലിസ്റ്റ് നെടുവീർപ്പ്.
അതേച്ചൊല്ലി മേജർസെറ്റ് വിവാദികളുടെ
തർക്കസദസ്സ്; എല്ലാം അടിപൊളി.

ശ്രീനിവാസനും മീനയും
ദിലീപും മീരയും
പ്രേമം എങ്ങനെ നടിച്ചെന്ന്
വന്ന് കാണിക്കുമെന്നറിയിച്ചിരുന്നതിനാൽ
വൈകുന്നേരത്തെ സ്വപ്നസദസ്സ്
നിറഞ്ഞു കവിഞ്ഞിരുന്നു.

സ്വപ്നത്തിലെ ഇണയ്ക്ക്
സ്വപ്നചുംബനം
ധാരാളം ചിരി.
കയ്യടിപ്പെരുമഴ.

6.20-ന്റെ കണ്ണൂർ എക്സ്പ്രസ്സിന്
പോകേണ്ടവർ മാത്രം
ചിരിയൊക്കെ വേഗം ചിരിച്ച് പോയി.

3

'ഇറാഖിലെ മനുഷ്യാവകാശലംഘനങ്ങൾ'
'ഗുജറാത്തിലെ വംശഹത്യ'
'അതിരപ്പിള്ളിയിലെ ഭാവിമരുഭൂമി' തുടങ്ങിയ
സംവാദങ്ങൾ നടന്നപ്പോൾ ദരിദ്രമായിരുന്ന
ഹാളിലാണിതെന്നോർക്കുമ്പോഴാണ്

ഞങ്ങൾ 'സാംസ്കാരികം' സംഘാടകരുടെ
അഭിമാനഞെട്ടൽ.

4

'മൊബൈലിൽ കിട്ടുന്നേയില്ല,
കണ്ടോ അവനെ?
നേവിബ്ലൂ നൈക്കീ ടീഷേർട്ടായിരുന്നു.'
'അവളെക്കണ്ടോ?
ഇളംനീലച്ചുരിദാറായിരുന്നു;' എന്ന്
അവളും അവനും
അന്യോന്യം തിരഞ്ഞ്,
കുരങ്ങന്മാരെ നാനാദിക്കിലേക്കും അയച്ച്,
കാട് വകഞ്ഞ്,
കാട്ടാളനേയും
കാർക്കോടകനേയും കടന്ന്,
നടന്നു നടന്ന്
നേരംപോയ്
പൂക്കൈതമറയും പോയി.

അറിഞ്ഞതേയില്ല
സെമിനാറിന്റെ ഉദയാസ്തമനങ്ങൾ,
പ്രണയികൾ മാത്രം. ■

വേണം എനിക്കാ തുണ

‘**ല**ക്ഷദ്വീപിൽ കാക്കയില്ലത്രേ’ന്നൊരു
പാഠമില്ലേടീ?
ഏത് ക്ലാസ്സിലാത്?
അമ്മ മറന്നു.

‘കാക്കേല്ലാത്തൊരു നാടോ!’
അമ്മൂമ്മയ്ക്കദ്ഭുതം.
‘അവിടെപ്പിന്നാര് പറയും
നേരം വെളുത്തെന്ന്
മാങ്ങ പഴുത്തെന്ന്
മഴ തോരില്ലെന്ന്
പാകര വന്നെന്ന്
ഈ പൂച്ചേടെ പോക്ക് പന്തിയല്ലെന്ന്
തൊഴുത്തിൽ പാമ്പ് കേറിയെന്ന്
പശു കെട്ട് പൊട്ടിച്ച് പോയെന്ന്.

അവിടെപ്പിന്നാര്
പശൂന്റെ പൊറത്തെ പേൻ നോക്കും?
ആര് വിരുന്നു വിളിക്കും?
ആരുടെ മേൽ ആത്മാവ് വരും?
ചാത്തമുണ്ണും?
അങ്ങോട്ട് പോയ കാക്കയൊക്കെപ്പി-
ന്നെങ്ങോട്ട് പോയി?

കൊടിയില്ലാത്തൊരു നാട് പോലാ
കാക്കയില്ലാനാടെന്ന് മേയറമ്മായി.

സൂര്യപ്രകാശത്തിന്റെ ബെസ്റ്റ്ഫ്രെണ്ട് കാക്കയാന്ന്
വൈലോപ്പിള്ളി പറഞ്ഞെന്ന്
മേരീടെ മോള് ലില്ലി പറഞ്ഞെന്ന് പറേമ്പം
മേരിക്കെന്തിനാ ലില്ലീ
ഈ ലില്ലിപ്പുഷ്യൻ മേനിച്ചിരി?

പണ്ട് നാട്ടിൻപുറത്ത്
അടുക്കളവാതിലിലൂടെ
എന്നും വന്ന് വീണിരുന്നു മുറ്റത്ത്,
കാക്കയ്ക്കായി എന്തെങ്കിലും.
ബാക്കി വറ്റ്
മീൻ മുള്ള്...
"ശല്യം", "പോ" "പോ" എന്ന്
ആട്ടിയോടിക്കൽ

ആട്ടിയാലൊന്നും
പോവില്ല കാക്ക.
ഒരിക്കൽ വാസവദത്തയായിരുന്ന
ചോരേം മാംസോം വിട്ട്,
കളിചിരിനെയ്യപ്പങ്ങളുടെയായിരുന്ന
ഈ മുറ്റം വിട്ട്,
വെയിൽ വിട്ട്,
മഴ വിട്ട്,
ചോറ് വിട്ട്,
എങ്ങോട്ടും.

ഒന്ന് മാറിയിരുന്നാലായി കാക്ക
മാവിൻ കൊമ്പിലേക്കോ
വാഴക്കൈയിലേക്കോ
കിണറ്റിന്റെ പാലത്തിലേക്കോ.

തിരിച്ചുവരും വേഗം.
തരും ഉറപ്പ്:
ഒരു പിണക്കവും കാര്യമാക്കാനില്ലെന്ന്
സ്ഥിരമായി ഒന്നും അന്യമല്ലെന്ന്.
സ്ഥിരമായി ഒന്നും സ്വന്തവുമല്ലെന്ന്.
അകത്തായാലും പുറത്തായാലും
വീട് തൊട്ടവനെ വിടില്ല വീടെന്ന്.

ബംഗളൂരിൽ
മകന്റെ ഫ്ളാറ്റിലിരിക്കുമ്പോൾ
കാക്കയുടെ മലയാളം;
പല നില താഴെ
പല കാലം താഴെ.

വേണം എനിക്കാ തുണ;
ഞാനിപ്പോഴും ലോകത്തുതന്നെ-
യാണെന്നൊരുറപ്പിന്. ■

സുഖാവ്

സുഖാവേ
നീ വെറും ലിംഗം മാത്രം.
വെറും ഉപകരണം.
സുഖിക്കുന്ന തല
ഒളിതൃഷ്ണയിലിരിക്കുന്നു
വല്യമൊതലാളീടെ കഴുത്തേല്.

നിന്നെ പ്രലോഭിപ്പിച്ച്
ക്ഷോഭിപ്പിച്ച്
ചലിപ്പിച്ച് ചലിപ്പിച്ചാനന്ദിച്ച്
മദിച്ച്
നിന്റെ ചുങ്ങലിൽ
അവന്റെ ഹാ ഹാ ഹാ
അശ്ലീല ജയമൂർച്ഛ. ■

പൊട്ടൻതെയ്യം

നാല്പതാണ്ടിനു മുമ്പ്
കൂത്തുപറമ്പിനപ്പുറത്തൊരു തെയ്യപ്പറമ്പ്.
ഞാനവിടെ ആദ്യം
പൊട്ടൻതെയ്യം കാണുന്നതിനും മുമ്പ്,
ഒരു കാല്പനിക ദിവസം, കൂട്ടുകാരെന്നെ
തിരുനെല്ലിക്കാട്ടിൽ കൊണ്ടുപോയി.

കാട്ടിൽ ഞങ്ങൾ
പാറയുടെ വെട്ടത്തിൽ വട്ടമിരുന്നു.
പരുന്തായും ഗരുഡനായും കഴുകനായും
മാവോ ഞങ്ങൾക്കുമേൽ വട്ടം ചുറ്റിപ്പറന്നു.
ഗൂഢഭാഷ പൊതുഭാഷയ്ക്കെതിരെ
കവരങ്ങൾ വീശി ചെവി വട്ടം പിടിച്ച ഇരുട്ട്
മരുവെളിച്ചത്തിനെതിരെ
ആദിവാസികൾ ഒറ്റുകാരായ വരുത്തർക്കെതിരെ
രക്തസാക്ഷികൾ സർക്കാരേമാനെതിരെ
കാവൽ നിന്നു.

കാട്ടുപൂക്കളിലെ നിറപ്പന്തങ്ങളും
കാട്ടുവാക്കുകളിലെ നീർച്ചോലകളും
ജർമ്മനി, റഷ്യ, ഫ്രാൻസ്, ചൈന,
വിയറ്റ്നാം, ക്യൂബ, അൽബേനിയ
എന്നിവിടങ്ങളിൽനിന്നും വന്ന വാക്കുകളും
കണ്ണൂരിൽനിന്നും വന്ന ബീഡികളും
പാറമേശചർച്ചയിൽ
ചരിത്രവുമായി കൂടിയാടി.

ഇടയ്ക്ക്
മിതവാഗ്ദാനിയായ സ: കെ. പറഞ്ഞു:
ചരിത്രം ഒരു പെരുംപക്ഷിയുടെ മുട്ട.

ചൂട് കൊടുത്ത് നാം വിരിയിച്ചെടുക്കണം.
വിരിയുമ്പൊഴേ അറിയൂ, പ്രേമം പോലെ.
പരുന്തോ ഗരുഡനോ കഴുകനോ
കുയിലോ കാക്കയോ ഭാവിയെന്ന്.
നാം പൊട്ടന്മാർ,
ഇത്തിരിവട്ടം കാണ്മവർ, കേൾപ്പവർ.
ഇരകളായും ചൂണ്ടകളായും പ്രവാചകരായും
എന്നുമുണ്ടായിരുന്നവർ.
പ്രാകൃത ഫ്യൂഡൽ ഇമ്പീരിയൽ സോഷ്യൽ
നവകൊളോണിയൽ ആക്സെന്റുകൾ
ഇനിയും വായിൽ പറ്റി നിൽക്കുന്നവർ.
എന്നുമുണ്ടായിരുന്നു വാഗ്ദത്തഭൂമി;
അകലത്തെ അനിശ്ചിത സ്വരാജ്യം.
സർവേയർമാർ തോൽക്കുന്നിടം.
സ: കെ. ഒരാശ്വാസത്തിനിപ്പോഴും
കാഫ്കയിൽ പോകാറുള്ളൊരാൾ.

എന്റെയുള്ളിലെ നഗരത്തെരുവിൽ
വഴി മുറിച്ചു കടക്കുകയായിരുന്ന സംശയത്തെ
ചീറി വന്ന സാഹസം ഇടിച്ചു വീഴ്ത്തി.

ഭൂമിയെത്തൊടുന്നതായിരുന്നു കാട്ടിൽ
സൂര്യരശ്മിയുടെ വിപ്ലവം;
കവിതയിൽ വാക്ക് കൊതിച്ചത്.

കാറ്റ് പാടി, കാടിന്റെ പാട്ടുകൾ.
ആയിടെ തിരുവനന്തപുരത്ത് കേട്ട
ബീഥോവന്റെ ഒമ്പതാം സിംഫണിയിലെ
പിക്കോലോപോലെ ഉള്ളുരുകി ഉയരുന്നവ.
നീലമുളയുടെ തേങ്ങിപ്പാട്ടിലാടി
അവിവാഹിത അമ്മമാരുടെ മുൾക്കാവടി.

“ആരുടെ പാട്ടിത്?”
“പശിയുടെ.”
“ഏ?”
“അ.”

മറുപടികളിലെ രാഷ്ട്രീയ അക്ഷമയിൽ
മൂക്കാത്ത ഞാവൽക്കായ്കളുടെ ചവർപ്പ്.
രോഷക്കുതിപ്പു പോലെ വനമിഴാവിൽ
നിലയ്ക്കാതെ ചിറകടികൾ മുഴങ്ങി.

"ഇത്?
ജടായുവിന്റെ ചിറകടി. അഥവാ
വസന്തത്തിന്റെ ഇടിമുഴക്കം;
വയനാടൻ വിവർത്തനം."

ദിവ്യധാർഷ്ട്യത്തെ ചോദ്യംചെയ്യുന്ന
ആ ചിറകടികളുടെ ഉദിപ്പുണ്ടായിരുന്നു
ആദ്യം ഞാൻ പൊട്ടൻതെയ്യം കണ്ട രാത്രിനിറയെ. ■

ഉച്ച, കാറ്റ്, വഴിപോക്കൻ

മരത്തണൽ കിടക്ക.
പഴന്തുണിക്കെട്ട് തലയണ.
കിടന്നു.

തോട്ടപ്പള്ളി തോട്ടിനക്കരെ
ബൂട്ടിലരഞ്ഞ് അച്ഛൻ പോയി
കരിന്തിരിയെരിഞ്ഞ് അമ്മ പോയി
കടം കേറി വീടും പോയി,
എന്റെ രാഷ്ട്രീയം കാരണം.
ഞാനിനി വരില്ലെന്ന് കേട്ടെങ്കിലും
ചാവാൻ പോയില്ല ബീന, അവളൊരു
താനൂരുകാരന്റെ പെണ്ണായി;
ഞാൻ ജയിലിൽപ്പെട്ട കാരണ.
എന്റെയോ ആ മൂത്ത കുട്ടി?

നീതിയെ പ്രേമിച്ച കൊടികൾ താണു.
ചെയും നെരൂദയും മാവോയും
'ട്രയലും' 'പ്ലേഗും' 'വിപ്ലവത്തിൽ വിപ്ലവവും'
മറ്റ് പേപ്പർബാക്ക് ആവേശങ്ങളും
ചില്ലലമാരവാസം മടുത്ത് മഞ്ഞച്ചു.
ശരിതെറ്റുകൾ പുതുതായി.
ഒളിപ്പുള്ളികൾ, ഒളിയിടങ്ങളും പുതുതായി
ശംഖും വാങ്കും ബ്യൂഗിളും ബ്യൂഗിളുമായി.

തിരിഞ്ഞു നോക്കിനോക്കിപ്പോകുന്ന ആ ബോറൻ
രഹസ്യപ്പൊലീസായിരിക്കുമെന്ന തോന്നൽ ഇന്നില്ല.
കാറ്റില്ലെങ്കിലും അനങ്ങും
ആശങ്കയുടെ ഇല.
മരത്തണലോർമ്മിപ്പിക്കുന്നു
മനസ്സ് ബാക്കിയുണ്ടെന്ന്.

കാലൊച്ചകളോർമ്മിപ്പിക്കുന്നു
ചരിത്രം ബാക്കിയുണ്ടെന്ന്.
കാറ്റും കിളികളുമോർപ്പിക്കുന്നു
ഭാവന ബാക്കിയുണ്ടെന്ന്.

ബാക്കിയുണ്ടോ
പഴയ കൂട്ടുകാരെന്ന് തിരയണം.
പുതിയൊരു സിനിമ കാണണം.
ഇന്ന് രാത്രി ട്രിച്ചി എക്സ്പ്രസ്സിന്റെ നേരത്ത്
പാലക്കാട്സ്റ്റേഷൻ കാണണം.
പഴയ രക്ഷാക്കുതികളുടെ നേരം
സ്വൈരമായൊന്ന് കാണണം.
പഴയ പാട്ട് കേൾക്കണം.
ഗൃഹാതുരക്കുപ്പയായി മനസ്സ്
ചീയാതെ നോക്കണം.
പഴയ നിക്ഷേപം
പെരുപ്പിച്ചെടുക്കലല്ലാതെ
ഇന്നെന്ത് രാഷ്ട്രീയം?
എന്ത് ജീവിതം?

ബീഡി പുകഞ്ഞു.

ഉച്ച,
കാറ്റ്,
വഴിപോക്കൻ
ഉറങ്ങിപ്പോയി.

2

സ്വപ്നത്തിൽ
ഒരു പുഴ വന്നു:
നക്സൽബാരിക്കാലത്തെ
കൽക്കത്താതെരുവ്
ബഹുനില ഭയത്തിനും
നിലയില്ലാരോഷത്തിനുമിടയിൽ
ഒഴുകിയുലഞ്ഞു
തൊഴിലാളികളുടെ ശവങ്ങൾ.
മറുകരയെപ്പറ്റി ഉറപ്പോടെ
നാളത്തെ വിജയി ഇതാ
എന്ന രഹസ്യവേഗവുമായി
അയാളതിൽ ഒഴുകിപ്പോയി.

അങ്കം പലത് കഴിഞ്ഞ്
ദേശം പലത് കടന്ന്
കക്കയത്തെത്തുമ്പോൾ
നേരം പാതിരാ.

അവിടെയൊരു ഗുഹയിൽ
കൽമേശയ്ക്ക് ചുറ്റുമിരിക്കുന്നുണ്ടായിരുന്നു
മുസ്സോലിനിയും ഹിറ്റ്ലറും സ്റ്റാലിനുമെന്നൊക്കെ
തോന്നിച്ച മൂന്നാളും കൂട്ടാളികളും.
ഗർവ്വ് മുറ്റിയിരുന്നു.
ലക്ക് കെട്ടിരുന്നു.
വേട്ടയെപ്പറ്റി വീമ്പലക്കി
അട്ടഹസിക്കുന്നുണ്ടായിരുന്നു.
പറയുന്ന തെറിവാക്ക് ഛർദ്ദിബാക്കി പോലെ
ചുണ്ട് താടികളിലൂടെ ഒലിക്കുന്നുണ്ടായിരുന്നു.
തോരെത്തോരെ കോപ്പകളിലേക്കൊരുത്തൻ
പുതുരക്തം ഒഴിച്ചു കൊടുക്കുന്നുമുണ്ടായിരുന്നു.

വീണു കിടക്കുകയായിരുന്നു സഖാവ്
മൂലയ്ക്ക്
നീലിച്ച്.
വെളിവും കിനാവും ചതഞ്ഞ്;
ധുഴിച്ചുത്തപ്പോൾ
കണ്ണും മൂക്കും ലിംഗവും തകർന്ന
ഗോത്രദൈവത്തിന്റെ വിഗ്രഹം പോലെ.

നിലവിളിച്ചീളുകൾ, ചുവരിനപ്പുറം
ഒന്നിപ്പിഥാൻ ശ്ലേശിക്കുന്നുണ്ടായിരുന്നു ഞരക്കം
ചതഞ്ഞു ചിതറിയ ഇച്ഛയെ, ചുവരിനപ്പുറം.

ലോകചരിത്രഭ്രമം പാർത്തുകണ്ടാലൊരു-
കാലവും ദുഃഖിപ്പതിനില്ല കാരണം,[1] എ-
ന്നറിയാം. പക്ഷേ, വയ്യല്ലോ കാണാൻ.
അടഞ്ഞ വാതിലിന്റെ അടിയിലൂടെ വന്ന് ചോര
പുറത്തേക്ക് നോക്കിയങ്ങനെ നിന്നു.

പറന്നിട്ടും പറന്നിട്ടും കരകാണാതെ
നടുക്കടലിൽ കുഴഞ്ഞുവീണ
കാക്കയുടെ കഥ പറഞ്ഞു
ജയിലിലെ കൂട്ടുപുള്ളി.

1. കാലചക്രഭ്രമം പാർത്തു കണ്ടാലൊരു-
കാലവും ദുഃഖിപ്പതിനില്ല കാരണം. - എഴുത്തച്ഛൻ

കടുംനിറങ്ങളുള്ള സിംഹങ്ങളെ
സ്വപ്നം കാണാറുള്ളവൻ.
വീഴ്ചയുടെ കഥകളായിരുന്നു
അവൻ പറഞ്ഞത്;
ആയിരത്തൊന്നാം രാവിൽ
ആത്മഹത്യ ചെയ്യുംവരെ.

വിജനമായിരുന്നു ബോട്ടുജെട്ടി.
വിളറി വിളറി അവന്റെ മുഖം
നിലാവിലെ തലയോട്ടിയായി
ആയുസ്സ് കരയിലേക്കഴിച്ചെറിഞ്ഞ്,
എഡ്വേഡ് മുങ്കിന്റെ[2] ചിത്രത്തിലെ
നിലവിളിച്ചുഴി[3]യിൽ ചുറ്റി
മരണനിലത്തിലേക്കവൻ
താണു താണു പോയി.
മൂന്നാം പക്കം മാധ്യമങ്ങളിൽ
അവന്റെ ജഡം പൗർണ്ണമിയായി
വീർത്ത് പൊന്തി.
ഊമനിലാവായി ഒരു കാഥികന്റെ
ഉയിർത്തെഴുന്നേൽക്കൽ.
അവൻ വന്ന് മൗനമായി നിന്നു
പുതിയ വാക്കിനും വീടിനും
ആസക്തിക്കും ചതിക്കും പിന്നിൽ;
കവി കാഥിക ജഡ്ജി നേതാവ് എഡിറ്റർ
ആരുടെയെങ്കിലും കഥനത്തിൽ
തെളിയുന്നോ നീതിയെന്ന് തിരഞ്ഞ്.
എത്ര നുണ, എത്ര നേര്, എത്ര ചമയം, എന്ന്
ഓരോ മൊഴിയും ഇമേജും ബന്ധവും ചികഞ്ഞ്.

ഇല്ല, ഒന്നും തെളിയുന്നില്ല
കൊലയും ആത്മഹത്യയും
കുറ്റവും ശിക്ഷയും
വിശ്വാസവും വഞ്ചനയും
നിജവും ഇമേജും
വേർതിരിക്കാനുമാവുന്നില്ല.
കലങ്ങി, ഏത് നാവിലും
നീതിയുടെ ഉച്ചാരണം.

---

2. Edvard Munch (1863-1944) - നോർവീജിയൻ എക്സ്പ്രഷനിസ്റ്റ് ചിത്രകാരൻ.

3. The Scream (1893) - മുങ്കിന്റെ പ്രശസ്ത രചന.

വൈകി ഏത് നാവിലും
നീതിപ്പൊരുൾ.

പൊറോട്ടയ്ക്കോ ബസ്സുകൂലിക്കോ
പഴയ സഖാവ് കാശ് ചോദിക്കുമ്പോൾ
കാണാമായിരുന്നു ആർക്കും
സൗഹൃദത്തിന്റെ പുതിയ ഭൂതകാലത്തിൽ
പടരുന്ന വിള്ളൽ.

3

വഴിപോക്കനുണർന്നപ്പോൾ
വിശപ്പിന്റെ കര.
കാറ്റിൽ കറിമണം.

ഭാണ്ഡക്കെട്ടെവിടെ?
ചുറ്റു തുണി
ചീന്തിയെറിഞ്ഞിരിക്കുന്നു.

ഏത് തെമ്മാടിയാടാ ദ്?

മരത്തിൽ നിന്ന്
വറ്റ് കൊഴിയുന്നു.

കുരങ്ങ് പറഞ്ഞു:
കൊള്ളാത്ത ജനം
കൊള്ളയടിക്കപ്പെടും. ■

പ്രസിദ്ധർ

പ്രസിദ്ധർ വെളുവെളെ
സമയത്തിൽ പൊന്തിക്കിടക്കുന്നു
ചത്തുചീർത്തവരെപ്പോലെ.
തരംഗങ്ങളിൽ
എഴുന്നള്ളിപ്പിലെപ്പോലെ
ഒഴുകിയൊഴുകി
എതിർകരകളിൽ
മാറി മാറി അടുക്കുന്നു.
കൊല്ലം-ആലപ്പുഴ ബോട്ട് പോലെ.
ഏതു കണ്ണിലും ഫ്രെയിമിലും
ഇണങ്ങി നിറയുന്നു
സ്വന്തം പോലെ.

വാർത്തകൾക്കു പിന്നിൽ
ബാരിക്കേഡുകൾക്കു പിന്നിൽ
റാലികൾക്കു പിന്നിൽ
എല്ലാറ്റിനും പിന്നിൽ
വലിയ ലോകത്തേക്കെത്തി നോക്കി-
ത്തുറിച്ച കണ്ണുകൾക്കു തോന്നി
പ്രസിദ്ധർ രക്ഷകരാണെന്ന്
കാറ്റുകളെ നയിക്കുന്നുണ്ടെന്ന്
കാറ്റിലെ തേങ്ങലും തോറ്റവും
കേൾക്കുന്നുണ്ടെന്ന്
കൊലയാളിച്ചുഴികളെ മെരുക്കുന്നുണ്ടെന്ന്
അധികാരം കൊയ്യുന്നുണ്ടെന്ന്
പൊന്നാര്യൻ വിതയ്ക്കുന്നുണ്ടെന്ന്
നീതി കാക്കുന്നുണ്ടെന്ന്
പ്രസിദ്ധരുടെ പുരപ്പുറത്ത്
തൃപ്തിപതാക പാറുന്നുണ്ടെന്ന്.

ക്ഷീണനാവികരുടെ ദൂരദർശിനിക്കു തോന്നി
പ്രസിദ്ധർ ദിക്കുവിളക്ക് കാണിക്കുന്നുണ്ടെന്ന്.

ഫാൻസൊഴിഞ്ഞ നേരങ്ങളിൽ
അവരെ തൊട്ടു വരുന്ന കാറ്റിലെ നാറ്റം
അസഹ്യം.

കണ്ണോളം ചതിക്കപ്പെട്ടിട്ടില്ല
നുണ പഠിച്ചിട്ടുമില്ല
മൂക്ക്. ■

സഖാവ് ബലരാമന്റെ കൊലയാളി

പാർട്ടി പറഞ്ഞത് ചെയ്യാൻ പുറപ്പെട്ടു
സഖാവ് ബലരാമനും കൂട്ടരും
കിഴക്കു കിഴക്ക്
കോരപുരത്തേക്ക്.

ചുവടുകൾ വഴി നട്ടു
വഴി ദൂരം നട്ടു
ദൂരം പാട്ടും കഥയും നട്ടു

നിറഞ്ഞ പുഴ നീർക്കാടു പോലെ
ഉലയുന്നതും കണ്ട്
ഗുഹനെക്കാത്ത് നിൽക്കുമ്പോൾ
ഓർക്കാപ്പുറത്തൊരു കാഴ്ച:
കുത്തൊഴുക്കിൽപ്പെട്ട വട്ടത്തോണിയിൽ
സർ സി.പി.യും
പടത്തലവൻ വൈദ്യനാഥയ്യരും.
സഖാവിനേം കൂട്ടരേം കണ്ടതും സർ സി.പി.
വൈത്തീ, ഫയർ.
'തോക്കിനാവില്ല സാമീ തോല്പിക്കാനിവരെ.
വയലാറിലെ സ്വപ്നപ്പാവങ്ങളല്ലിവർ.'

പുഴ കടന്ന്
കാട് കടന്ന്
കെട്ടുപോയ അടുപ്പുകളും
കോടമഞ്ഞും വേട്ടക്കഥകളും കടന്ന്
പൂഴിച്ചുഴലികൾ കടന്ന്
സഖാവും കൂട്ടരുമെത്തി
കോരപുരത്തെ തരിശുകാലത്തിൽ.

കലപ്പച്ചാലിൽ
ഇളകി വന്നു തലയോട്ടികൾ
കൈ, കാൽ, കലം, ചട്ടികൾ
അലമുറകളും ചങ്ങലകളും
മോചനമുറയ്ക്കാൻ
ഉയിരോടെ മൂടപ്പെട്ടവരുടെ
കുഴിമാടം തുറന്ന പോലെ.

മണൽജട ആളിച്ച് മണൽക്കാറ്റ്
മരുഭൂതമായ് മൂടാൻ വന്നു
കയ്യു പൂട്ടാൻ
കാലു പൂഴ്ത്താൻ
ഇരുൾപ്രളയമായ് വന്നു
കണ്ണു കെട്ടാൻ

തരിശ് വാഴും ദുർഭൂതങ്ങൾ.

വിശ്വാസം എതിർബലമാക്കി
രാപകലുകളിൽ നീരോട്ടം കൂട്ടി
മഴ പെയ്യിച്ചു
പുഴയൊഴുക്കി
തളിരാട്ടം കൂട്ടി
കതിരാട്ടം കൂട്ടി
ബുദ്ധനിലാവ് വളർന്ന
ബോധം വിളയിച്ചു,
സഖാവും കൂട്ടരും.

2

പല രാവ് കഴിഞ്ഞൊരു രാവ്.
പാർട്ടിയാപ്പീസിലെത്തി സഖാവ്.
പറഞ്ഞു ദൗത്യവിജയം.

നേതാവിന്റെ പത്തിക്കണ്ണിൽ
അവിശ്വാസം
ക്രോധം.
ചർച്ചക്കാട് സർപ്പക്കാടായി;
കോപക്കൊത്ത്, വിഷം ചീറ്റൽ,
'സഖാവിനെയൊരു
മനോരോഗവിദഗ്ധനെക്കാണിക്കൂ'
എന്ന് കല്പിക്കൽ.

സഖാവിനു തല പൊള്ളി.
പാർട്ടിയാപ്പീസിന്റെ ചുവരിൽ
മാർക്സ് മാഞ്ഞു തെളിഞ്ഞ കുമ്മായത്തിൽ
തെളിയുന്നതായ് തോന്നി സഖാവിന്:
'അന്ധരെ അന്ധർ നയിക്കുന്ന'
ബ്രൂഗൽച്ചിത്രം.
തിരിച്ചു നടക്കുന്ന ചരിത്രം.

തോൽവിപർവതം കുടയാക്കിയോ
സഖാവ് നടന്നു പെരുമഴയിലേക്ക്

ചുവടുകൾ അകലം നട്ടു.

കവലയിലെ ഇരുട്ടിൽ
അപ്പോഴും നില്പുണ്ട് കോരൻ.
കടത്തിണ്ണയിൽ ഇരുൾബീഡി
തെറുത്തിരിക്കുന്നുണ്ടൊരു നിഴൽ.
മില്ലിലെ പുകക്കുരുക്കിൽ
ശ്വാസത്തിനു പിടയുന്നുണ്ടൊരു നിഴൽ.
വള്ളത്തിലേക്ക് മണൽക്കൊട്ട മറിച്ച്
ആറ്റിൻവെട്ടത്തിൽ
മുങ്ങി നിവരുന്നുണ്ടൊരു നിഴൽ.
ജന്മം കാലിക്കുമ്പിളായൊരു നിഴൽ.

വൈക്കംകായൽ കടന്നു സഖാവ്.

തെങ്ങിൻതോപ്പ്.
തെളിവായു.
തെളിഞ്ഞു കേട്ടു ബലരാമൻ
കുഞ്ഞുന്നാളിലെപ്പോലെ
വെള്ളയ്ക്ക കൊഴിയുന്ന ശബ്ദം.
രാത്രിയിലെ വഴിച്ചാല് വീണ്ടും
സ്ലേറ്റിലെ ചോക്കുവര.
സഖാവിന്റെ കൂരയിലേക്ക്
വഴി തിരിയുന്ന വളവിൽ
ഒളിഞ്ഞു നിൽക്കുന്നുണ്ടായിരുന്നു ഭാവി
പത്തി വിടർത്തി
കത്തി നിവർത്തി.

സഖാവ് വീണു.
വീഴലിൽ വള്ളിച്ചെരിപ്പുകൾ
തോട്ടിലേക്കിറങ്ങിപ്പോയി;
യാത്ര തീരാതെ.

രണ്ടു മഴകൾക്കിടയിലെ ചെറുമൻനിലാവ്
ശരീരത്തിനു കൂട്ടു നിന്നു.
പാർട്ടിയുറയ്ക്കാൻ
കായലിൽ ബലിയായവർ
കാറ്റായും മഴയായും ആർത്തലച്ചു വന്നു.
ഇന്നു വീണ ചോരയെ ചെറുമഴ
ഇന്നലെ വീണ ചോരയോടിണക്കി.

തീണ്ടിയ വിഷം ഭാവിയുടേതാണ്
എന്ന മരണമൊഴി,
കഠാര കടന്ന മുറിവാണ് കൊന്നത്
എന്ന പോസ്റ്റ്മോർട്ടം രേഖ.
എല്ലാം വെറും മാധ്യമസൃഷ്ടിയെന്ന്
പണ്ടേ സഖാവ് ഹൃദ്രോഗിയെന്ന്
ചോര ഛർദ്ദിച്ച് ഒരു യുഗം അവസാനിച്ചെന്ന് നേതാവ്
ആരു മരിച്ചാലും മരിക്കാത്തത്
പാർട്ടി മാത്രമെന്നും നേതാവ്.

ട്രോട്സ്കിയെ കൊന്ന പിക്കാക്സിൽ
സ്റ്റാലിന്റെ വിരലടയാളം തിരയരുതെന്ന് സ്റ്റാലിൻ
ശവമടക്കിനു ശേഷം.
അർത്ഥങ്ങളുടെ വലിയ ചുടുകാട്ടിൽ.
ഭാതൃഹത്യ എന്ന തീർപ്പ്
ചരിത്രത്തിന്റെ മതവായനയെന്ന് സ്റ്റാലിൻ.
ഒരു സഖാവിനാവില്ല കൊല്ലാൻ
മറ്റൊരു സഖാവിനെ എന്ന് സ്റ്റാലിൻ.
കായീന്റെ വംശക്കാരല്ല സഖാക്കളെന്നും സ്റ്റാലിൻ.
ഭാവിയുടെ വിഷപ്പല്ലിൽ തിരയരുത്
നേതാവിന്റെ വിരലടയാളം.
സ്റ്റാലിൻ കൂട്ടിച്ചേർത്തു.

പിന്നെ വന്ന മഴയിൽ
മിന്നുന്നതായി കഠാര.
ആരുടെ വിരൽപ്പാടുമില്ല
ചോര പുരണ്ടിട്ടേയില്ല
വേദഭേദങ്ങൾക്കിടയിൽ
വിടന്റെ ലിംഗം പോലെ
പരതിക്കൊണ്ടേയിരുന്നു അത്
പുതിയ ഉടൽ. ■

കുടവയർ സംവാദം

കുടവയറുള്ള കാമുകിയോ? അയ്യേ
വേണ്ടാ ഇരുപത് പേജിൽ പതിനേഴ് പേജും
പരസ്യം നിറഞ്ഞ പത്രം;
കണ്ടുപിടിക്ക് ഒരു കതിരൊളിയെ.

എനിക്കിഷ്ടമാ ആ സമൃദ്ധമൃദുലതയിൽ
കവിൾ വെച്ചുറങ്ങാൻ,
കുടവയറുള്ള കവിതയും കേട്ട്.

ആജന്മനിദ്രയായിരിക്കട്ടെ അത്.
ഉണർന്നാൽ
പെൺമാസികകളിലെ
തടികുറയ്ക്കൽ പരസ്യങ്ങളുടെ
വാഗ്ദാനമലകൾ കേറിയിറങ്ങാം.
മെലിഞ്ഞവരുടെ നടപ്പ്, നില്പ്, നോട്ടം,
വാക്ക്, ചിരി എല്ലാം മനസ്സിന്റെ
തടിച്ചവരുടെയെല്ലാം തടിയുടെ.
തടി മൂടും മനസ്സിനെ,
തനതുണ്മയെ.

പല കഥ, കവിത, പ്രസംഗവും
കുടവയർക്കൂടാരങ്ങൾ. അവയിൽ
കഥ കവിത സത്യവും തേടിയോർ
സുമോഗുസ്തിക്കാരുടെ
ദേഹപർവ്വതത്തിന്റെ മടക്കുകളിൽ
പുഞ്ചിരി തേടിപ്പോയോർ.
അല്ലെങ്കിൽ ബിഗ്ബ്രദറിന്റെ
സ്വയംവിമർശനരേഖയിലെ
പരശകാരഫാസ്റ്റ്ഫുഡിൽ
ചീർത്തവർ.

പക്ഷേ, നീയൊരു കുടവയറൻ
കാമുകനാണല്ലോ, അതോ?

അതിനു ഞാനൊരാണല്ലേഡാ? ■

വിസ്മയ വേലായുധൻ

പണ്ട് കുന്നത്തൂരിൽ ഒരു വേലായുധൻ ഉണ്ടായിരുന്നു. സംശയ വേലായുധൻ, വിസ്മയവേലായുധൻ, വട്ടൻ വേലായുധൻ, വിപ്ലവ വേലായുധൻ... 'ഇരുട്ടിന്റെ ആത്മാവ്' ഉള്ളിൽക്കൊണ്ട അച്ഛനമ്മമാരിട്ട പേരായിരുന്നില്ലത്; പഴനി കൊണ്ടതുമല്ല. കുന്നത്തൂരുകാർ മാറി മാറി ഓരോ പേര് വേലായുധനെ വിളിച്ചു.

ഗോർക്കി മരിച്ച അതേ വർഷം ലുഷുൻ മരിച്ചത്; ആശാൻ മരിച്ച അതേ വർഷം കാഫ്കയും ലെനിനും മരിച്ചത്; വേലായുധനെ അലട്ടിക്കൊണ്ടിരുന്നു. ജനനസമാന്തരങ്ങളേക്കാൾ മരണസമാന്തരങ്ങൾ. ഭൂകമ്പം, സ്ഫോടനം, മഹാമാരി, ഭക്ഷ്യവിഷബാധ, യൂണിയൻ കാർബൈഡ്, യുദ്ധം, അണുബോംബ്... ഒരുപാട് പേരെ ഒരേ സമയം മരിപ്പിക്കാൻ വരുന്ന മാരണവരവുകൾ ചരിത്രം നിറയെ.

പലതും ഒളിപ്പിക്കുന്നുണ്ട് ചരിത്രത്തിന്റെ പുറവിതാനം. ഒരേ സമയം മരിക്കേണ്ടവരായിരുന്നില്ല കാഫ്കയും ലെനിനും ആശാനും. അവരുടെ കരുത്തുകളും കിനാവുകളും എങ്ങനെ പല ഭാഷകളിലും രീതികളും ഒരേ കാലത്തിന്റെ കയങ്ങളിലും തിരകളിലും സഞ്ചരിച്ചു? ഒന്നിച്ച് പിടഞ്ഞു? ഒന്നിച്ചവസാനിച്ചു? സമയപർവതത്തിന്റെ വിദൂരമടക്കുകളിലായിരുന്നെങ്കിലും ജീവന്റെ ഈ സമാന്തരങ്ങൾ തമ്മിൽ നിഗൂഢ ചാർച്ചകളുള്ളതായി വേലായുധൻ വിശ്വസിച്ചു. മൈസൂറിൽ മാവ് പൂക്കുന്നതെങ്ങനെ ഗോവയിലും സേലത്തും പഴനിയിലും കുന്നത്തൂരിലുമുള്ള മാവുകളറിഞ്ഞു? ഇത്രാം തീയതി തളിർക്കാം പൂക്കാമെന്ന് ഏതു മാവ് സർക്കുലർ ഇറക്കി? ഏതു താളം അവയെ പല അരങ്ങുകളിലെ ഒരേ മോഹിനിയാട്ടമാക്കി? ഋതുക്കൾ പോലെ എത്രയെത്ര പൊതുസത്തകൾ. കാഫ്കയും ലെനിനും ആശാനും ഗോർക്കിയും ലുഷുനും

സർഗ്ഗാത്മകതയുടെ ഒരേ പൊതുധാതുവിൽനിന്നല്ല വരവ്? ഒരേ നൈതിക ഭാവനയുമായി? അവരുടെ പറവകൾ പല വഴിയേ പറന്നു. സ്വാതന്ത്ര്യത്തിന്റെ ഒരേ ആരണ്യത്തിലേക്ക്. നിങ്ങളുടെ മനസ്സിലൂടെ അവ പറന്നു പോയ വായുച്ചാലുകൾ നോക്കൂ. ഒരേ ചോദ്യങ്ങളിലൂടെ, ഇരുട്ടിലൂടെ, പ്രണയത്തിലൂടെ, അനീതിയിലൂടെ മരുഭൂക്കളിലൂടെ, കാഫ്കയും ലെനിനും ആശാനും മരിച്ച 1924ൽ മരിച്ച മറ്റ് ലക്ഷങ്ങളോ? അവരിലേക്കെത്തിയ അവരുടെ പൂർവികരോ? അവരിൽനിന്ന് വളർന്ന അനന്തരവരോ? അന്നു പറന്ന കിളികളോ? ഗർജ്ജിച്ച സിംഹങ്ങളോ? ഓടിയ മാനുകളോ? ചിറകനക്കലിൽ ഉല്ലസിച്ചു നിന്ന മീനുകളോ? വീശിയ മണങ്ങളോ? ആരെയാണവ ഗർജ്ജനവും കാലൊച്ചയും ഈണങ്ങളും കേൾപ്പിച്ചത്? കാണിച്ചത്? ഒരേ ത്തരങ്ങളെഴുതിയ, കാണാവുന്നതും കാണാത്തതുമായ, പല പല പതാകകളുമായിപ്പാറുന്ന എത്രയെത്ര ജീവികൾ... ജീർണ്ണപതാകകൾ വെടിഞ്ഞ് ദേഹികൾ പൂർണ്ണലാഭം പുതിയ പതാകകൾ കൈക്കൊള്ളുന്നു എന്നായിരുന്നു വേലായുധന് പറയാറ്.

അപ്പുറത്തെ സെല്ലിലെ ഇടിയുടെയും തൊഴിയുടെയും ഒച്ചയും തെറിവിളിയും ഇപ്പുറത്തെ സെല്ലിലുള്ളവനും കൂടിയാണു കൊള്ളുന്നതെന്ന്, അപ്പുറത്തെ നിലവിളി ഇപ്പുറത്തേതും കൂടിയാണെന്ന്, പൊലീസ് കണ്ടുപിടിച്ചത് മാവ് പൂക്കുന്ന പോലെ ഒരേ സമയത്തായിരിക്കുമോ രാജ്യമെമ്പാടും? പിച്ചക്കാരികളുടെ തെരുവടുപ്പിലേക്കെന്ന പോലെ ആരുടെ തനിച്ചെരിയലുകളിലേക്കാണ് അന്നത്തെ മഴകൾ കാമാർത്തരായി ഇരമ്പി വന്നത്? നനഞ്ഞ മടിക്കുത്ത് വലിച്ചഴിക്കാൻ അന്നു വന്ന രാപ്പാറാവുകാർ ഇന്നുള്ള രാക്കാവലുകാരുടെ നേരപ്പൂപ്പന്മാർ തന്നെ ആയിരുന്നിരിക്കുമോ? അതോ കയ്യേറ്റങ്ങൾക്കു കാണില്ലേ താവഴിയും നേർതന്തമാരും? ഇന്നത്തെ പിച്ചക്കാരികളുടെ അമ്മൂമ്മപ്പിച്ചക്കാരികളാകുമോ ആ നനഞ്ഞ അടുപ്പിലെ കെടുന്ന തീയും നോക്കി കൂരിരുട്ടിൽ നിന്നത്? അവർ അന്ന് കിടന്ന തിണ്ണയ്ക്കു മേലെയുണ്ടായിരുന്നോ വെളുക്കും വരെ കണ്ണിലേക്ക് കുത്തിനിന്ന കാൽവിളക്കുകൾ? എന്തു കണ്ടു ക്ഷോഭിച്ച കാക്കകളാണ് അന്നത്തെ ഇരുട്ടിൽ അലമുറയിട്ടത്? അന്നുമുണ്ടായിരുന്നോ ഇന്നത്തെപ്പോലെ ഉറങ്ങാപ്പക്ഷികൾ? ഒരേ വിളക്കു തന്നെയോ കള്ളനും വീട്ടുകാർക്കും തുണ? കള്ളനോട് കമ്മിഷനും വീട്ടുകാരോട് ശമ്പളവും വാങ്ങുന്ന ഭൃത്യരെ ഏതു ക്ഷോഭമാണ് അങ്ങനെ

ചെയ്യിക്കുന്നത്? യുദ്ധരംഗങ്ങൾ ഷൂട്ട് ചെയ്യുന്നതിനിടെ ആരും വിളിക്കാതെ ആകാശത്തിൽ വന്ന കഴുകനെക്കണ്ട് യോറിസ് ഇവെൻസും ആന്ദ്രേ വൈദയും എന്തു മാത്രം രസിച്ചിരിക്കും? വേലായുധന് ഹരമായിരുന്നു. കാലത്തിലിങ്ങനെ കാടു കേറുന്നതിൽ.

ഒച്ചിന്റെ തോട്, എലിമാളം, കിളിക്കൂട്, വേടന്മാരുടെ കെണികൾ, ഒറ്റാലുകൾ, മീൻവലകൾ, മരമുകളിലെ ഏറുമാടങ്ങൾ, മൃഗങ്ങളുടെയും പ്രാചീനമനുഷ്യരുടെയും ഗുഹകൾ, എല്ലാ രാജ്യങ്ങളിലുമുള്ള വീടുകൾ, ഇവയുടെയൊക്കെ ആകൃതിസാമ്യം ആരുണ്ടാക്കി? ഏത് ആദിപദ്ധതിയുടെ ഇച്ഛയാണ് അവ അനുസരിക്കുന്നത്? സ്ഥലത്തിന്റെ സൗന്ദര്യശാസ്ത്രം ജീവികളിൽനിന്ന് മനുഷ്യൻ കട്ടെടുത്ത് മോടിപിടിപ്പിച്ചതല്ലേ? പാട്ടിലും ആട്ടത്തിലും ഓട്ടത്തിലും പറക്കലിലും നീന്തലിലും മറ്റു പലതിലുമെന്ന പോലെ ഇതിലും മനുഷ്യാഹന്തയ്ക്ക് ന്യായമുണ്ടോ? രുചിഭേദങ്ങളും രീതിഭേദങ്ങളും മാത്രമല്ല, മനുഷ്യരുടെ കർമ്മങ്ങളിലെ താളവും ക്രമവും ഘടനകളും നിർണ്ണയിക്കുന്നത് ജീവികളല്ലേ? പ്രകൃതിയുടെ ആഴത്തിൽനിന്ന് മനസ്സിന്റെ അടിത്തട്ടിലേക്ക് ഉയർന്നെത്തുകയല്ലേ അവ, ഉറവകളെപ്പോലെ? ഉയരത്തിൽനിന്ന് പെയ്തിറങ്ങുകയുമല്ലേ ആ ഭൗമോർജ്ജം? വേലായുധൻ ചോദ്യങ്ങളായി. സംശയാവിഷ്കാരം കഴിഞ്ഞാൽ വിയർപ്പായി, വിശപ്പായി, തളർച്ചയായി. വൈകാതെ വീണ്ടും ചോദ്യമായി: വായിക്കാനാകാത്ത കാരണങ്ങളെ വിധിയെന്നു വിളിച്ച് നാം കഥയിൽത്തന്നെ പാർപ്പിക്കുന്നതല്ലേ പതിവ്?

അവ കണ്ടെത്താനും തെളിയിക്കാനുമുള്ള തേടിപ്പോക്കുകളാണു ദില്ലിയും കൊൽക്കത്തയും അജ്മീറും രാമേശ്വരവും അനുരാധപുരവും സിംലയും അമൃതസറുമൊക്കെ വരെയെത്തുന്ന വേലായുധന്റെ ലോകവായനായാത്രകൾ. യാത്രയിൽ കിട്ടുന്ന നല്ല പുസ്തകങ്ങൾ വേലായുധൻ കൊണ്ടുത്തരും. കാണാൻ കഴിഞ്ഞ നല്ല സിനിമകൾ പറഞ്ഞ് കാണിക്കും. അങ്ങനെയൊരിക്കൽ 'ബീജിങ് മനുഷ്യ'നും ലുഷുന്റെ 'ഓൾഡ് ടെയ്ൽസ് റീടോൾഡും' എനിക്ക് വായിക്കാനായി. ലുഷുനെ ലുസുൻ എന്നാണ് വേലായുധൻ വിളിച്ചിരുന്നത്.

പർവതാരോഹണം പോലെയാണ് കവിതവായനയെന്ന് വേലായുധൻ പറയും. ആദ്യം തമാശയ്ക്ക് കയറുംതോറും ലോകത്തേക്കുള്ള നോട്ടപ്പാടുകൾ മാറി മാറി വരും. കാഴ്ചയുടെ വ്യാസം വലുതായി വലുതായി വരും.

ഇരുപത്തഞ്ചാം വയസ്സിൽ വേലായുധന് അകാലതിമിരം. എന്നെ പതിനഞ്ചാം വയസ്സിൽ കണ്ണട വെപ്പിച്ച കൊല്ലത്തെ ഡോക്ടർ പദ്മജൻ വേലായുധന്റെ തിമിരം നീക്കി കട്ടിക്കണ്ണട വെച്ചു കൊടുത്തു. അകാലതിമിരം അകാലനര പോലൊരു അകാലികപ്രതിഭാസമെന്ന് കരുതിയാൽ മതിയെന്ന് ഡോ. പദ്മജൻ പറഞ്ഞപ്പോഴാണു വർഷങ്ങൾക്കു മുമ്പേ താനാകെ നരച്ചു പോയ കാര്യം വേലായുധൻ ഓർത്തത്. അടിയന്തരാവസ്ഥയിൽ പലവട്ടം വേലായുധനെ നാട്ടിൽ കാണാതായി. ഓർത്തിരിക്കാതെ ഒരിക്കൽ പ്രത്യക്ഷപ്പെട്ടപ്പോൾ വേലായുധന് സ്വന്തം ഉടലിനെപ്പറ്റിയായി സന്ദേഹങ്ങളും ഉത്കണ്ഠകളും. ഉടലിൽ കൂടുതൽ ദുരൂഹവ്യതിയാനങ്ങൾ മിടിക്കുന്നുണ്ടെന്നു തോന്നി. അതീവ രഹസ്യമായി ഒരു ചെറുതാകൽത്വര തന്റെ ഉടലിൽ പ്രവർത്തിക്കുന്നുണ്ടോ? തന്റെ നാലരയടിപ്പൊക്കം നാലടിയായി ഇറങ്ങിയോ? പുഴകളുടെ ഉയരം ഇറങ്ങുംപോലെ. വെറുമൊരു ജലനാരിന്റെ നിലത്തെഴുത്തിലേക്ക് താണിറങ്ങിയോ എന്റെ ജീവിതവും? എഴുപതുകളുടെ തുടക്കത്തിൽ മറിച്ചായിരുന്നു. കൂടിക്കൂടി വന്നു കാഴ്ചയും പൊക്കവും വേഗവും എല്ലാം കാണാം. എവിടെയും പോകാം. എന്തിന്റെ കഴുത്തിലും കൈയെത്തും. എന്തിലും തൊടാം. എടുക്കാം. കുലുക്കാം. കീ കൊടുക്കാം. നന്നാക്കാം. പുതുക്കാം. കൊള്ളില്ലെങ്കിൽ വലിച്ചെറിയാം. അത്രയ്ക്കുണ്ടായിരുന്നു അന്നു പൊക്കം. ഇന്നിപ്പോൾ ആരൊക്കെയോ ചേർന്ന് വേലായുധനെ ചുരുട്ടിച്ചെറുതാക്കുന്നെന്നൊരു തോന്നൽ. ഉരുട്ടിക്കൊല്ലുന്നെന്ന്. തടവിലടയ്ക്കുന്നെന്ന്. കണ്ണിൽ ആസിഡൊഴിക്കുന്നെന്ന്. തല മുണ്ഡനം ചെയ്ത് കഴുതപ്പുറത്തിരുത്തി ശ്യാം ബെനഗലിന്റെ 'അങ്കുറി'ലേക്ക് തള്ളിവിടുന്നെന്ന് തോന്നലുകളുടെ ഖനിയിൽ വേലായുധൻ ഉരുകി. ■

അതിനാൽ ഞാൻ ഭ്രാന്തനായില്ല

പറഞ്ഞാൽ ഞാൻ
പ്രതിയാകും
മറന്നാൽ ഞാൻ
മരുവാകും
പറയാതെ
കളയാതെ
കരുതിയെന്നാൽ
ഭ്രാന്തനുമാകും.

അതിനാൽ ഞാൻ
ചില സ്നേഹം
മൊഴിവക്കിൽ
കുഴിച്ചിട്ടു;
ചില ദുഃഖം
മിഴിവക്കിൽ
ചില സത്യം
ചിരിവക്കിൽ.

ദിനം തോറു-
മതിനെതന്തു
വരുന്നെന്ന
മിഴിക്കാവൽ
പന്തലുമായി.

കുഴിച്ചിട്ടു.
ചില രോഷം
ജടായുവിൻ
പെരും കൊക്കിൽ,

ഗോയയുടെ
വരവക്കിൽ
നിറവക്കിൽ.

ഇങ്കിലാബിൻ
മരത്തുമ്പിൽ
ഒപ്പ് സേനയി-
ലൊപ്പ്കാലാളിൽ.

അതിനാൽ ഞാൻ
ഭ്രാന്തനായി-
ല്ലെൻ തലയിൽ
കൊമ്പു വന്നി-
ല്ലെന്റെ പേടി
തുണ ചൊല്ലി
ചതിയങ്കം
വെട്ടിയി-
ല്ലെന്റെ കുറ്റം
രക്തതീര-
ത്തുറക്കം കെ-
ട്ടലഞ്ഞുമില്ല. ■

വെട്ടുവഴി

(*സഖാവ് ബലരാമന്റെ കൊലയാളി* എന്ന
സ്വന്തം കവിതയ്ക്കൊരനുബന്ധം)

ഒറ്റ വെട്ടിനു കഴിയുമായിരുന്നല്ലോ,
ടി.പി. ചന്ദ്രശേഖരൻ,
പിന്നെന്തിനായിരുന്നു ഇത്രയേറെ?

അതോ, ആ കണക്ക് പറയാം:
അമ്പത്തൊന്നും
അവനെന്ന നീതിമൊഴിയിലെ
ഓരോ അക്ഷരവും കെടുത്താൻ.
കൂർത്ത മൺവിരലുകളുള്ള കൊലച്ചുഴലി ചുഴറ്റി
അവന്റെ ഗതി ഭേദിക്കാൻ.
ബാക്ക് വെട്ട്
മാർക്സിനും മുമ്പേയുദിച്ച്
ഇനിയും വീറസ്തമിക്കാത്ത
അവന്റെ കടത്തനാടൻ പകലുകളെ
കബന്ധങ്ങളാക്കാൻ.
അജ്ഞാതരായ മനുഷ്യരുമായി
നീയെനിക്ക് സഹോദര്യം തന്നു എന്ന്
പാർട്ടിയെ നോക്കി അവനും
അവനെ നോക്കി പാർട്ടിയും ഇനിമേൽ
നെരൂദയെ ഓർക്കാതിരിക്കാൻ.

ക്ഷമിക്കണം.
കവിളത്ത് ഒറ്റുമ്മ പതിഞ്ഞ്
അവനെ കിട്ടിയപ്പോഴേക്ക്
കുട്ടികൾ ഉറങ്ങിപ്പോയി.
അതുകൊണ്ടാണ്,
കരാറിൽപ്പറഞ്ഞ പോലെ
കുട്ടികളുടെ മുന്നിലിട്ട് വെട്ടാഞ്ഞത്.

മുതിർന്നവർ മയങ്ങിപ്പോയി,
അതുകൊണ്ടാണ്
നൂറുമേനിയായ അവന്റെ മേനി
കാതലുറച്ച ചെമ്മരുത് പോലെ
വയൽവെയിലിൽ
അനങ്ങാക്കാണികളുടെ കൺതരിശിൽ
വെട്ടി വീഴ്ത്താഞ്ഞത്.

കരാർപ്പൊന്ന് കിട്ടി.
എന്നാലും,
ഒരു ചോദ്യത്തിന്റെ കടം ബാക്കി:
അവർ വെട്ടിക്കുന്ന വെട്ടൊക്കെ
അവരിലും കൊള്ളുന്നതെന്ത്? ■

എതിർച്ഛായ

കണ്ണാടി പറയുന്നു,
പണ്ടേപ്പോലെ ഫലിക്കുന്നില്ലെന്റെ
താടിയും മുടിയും മുദ്രയുമെന്ന്.
ഇരുൾക്കൊമ്പത്ത് പേരയ്ക്ക നുണയും
വവ്വാൽമിടുക്കു പോലെ പോലും
ഫലിക്കുന്നില്ലെന്റെ നോട്ടമെന്ന്.
ഉടഞ്ഞത്, തേഞ്ഞത്, തെറ്റിയത്
പഞ്ചറായത്, ചാഞ്ചാടുന്നത്
എന്നിവയല്ലാതൊന്നുമില്ലല്ലോ സർ
നിങ്ങളായി നിങ്ങളെ
കാണിക്കാനെന്ന്.

ഇടശ്ശേരിയിലെപ്പോലെ യാഥാർത്ഥ്യം
വിളയുന്നില്ലെന്റെ വയലിലെന്ന്;
വൈലോപ്പിള്ളിയിലെപ്പോലെ പൊരുൾ
മുത്താവുന്നില്ലെന്റെ കുടത്തിലെന്ന്;
നെരൂദയിലെപ്പോലെ പ്രണയം
തിരയാവുന്നില്ലെന്റെ വനത്തിലെന്ന്;
ബ്രെഹ്റ്റിലെപ്പോലെ നീതി
കത്തുന്നില്ലെന്റെ വിറകിലെന്ന്; ചെ
ഉദിക്കുന്നില്ലെന്റെ ബോധിയിലെന്ന്;
കുഴക്കുന്നെന്നെ ഉപഗ്രഹനിലകളും
വഴിപ്പെരുപ്പവും പുതുതിമിരവും
പ്രതീതിലോകവുമെന്ന്; നൂൽ
പിഞ്ഞിപ്പോവുന്നൊരു ചർക്കയിലായെന്റെ
ഭ്രമണവഴിയെന്ന്.
റീച്ചാർജ്ജ് ഇനി വൈകരുതെന്ന്.

സഹിക്കുന്നുണ്ടോ സർ നിങ്ങൾ
പുറമേക്കറിയാത്ത ഒരടിച്ചമർത്തൽ?
പണ്ടെപ്പോലെ ജീവന്റെ കാട്ടുമണങ്ങൾ
ശ്വസിക്കാറില്ലെന്റെ വാക്കെന്ന്
വേദങ്ങൾ കൊലന്യായമാവുന്നെന്ന്
പുഴയിൽ മരണം കുതിക്കുന്നെന്ന്
മോചനമെന്നാരും പറയാതായ മൂകത
വിഴുപ്പ് ചുമന്ന് കിതയ്ക്കുന്നെന്റെ കടവിലെന്ന്
എനിക്കും തോന്നുന്നു.

വികലാംഗയായ ഒരു പ്രത്യാശ മാത്രം
അകത്തേ മുറിയിലിരിപ്പുണ്ട്.
ഭാരത്തേയും ഭാരമില്ലായ്മയേയും പറ്റി
കുന്ദേര എഴുതിയതും വായിച്ച്
കത്തിയും കെട്ടും
പഴയൊരു നെരിപ്പോട്.
അവശതയേറിയാൽ പോയിക്കിടക്കും
പ്രാണേശാചാര്യരുടെ* ഭാര്യ കിടന്ന അതേ കിടപ്പ്.
എന്റെ പാപങ്ങളറിഞ്ഞോ അറിയാതെയോ
ആ ശാന്തി ശാന്തി ജപം?

തിരയടിക്കുന്നതെന്താവും ആ നോവിൽ,
ബൃഹദാരണ്യകമോ തരിശുഭൂമിയോ? ■

---

* സംസ്കാര - യു.ആർ. അനന്തമൂർത്തി

കോരന്റെ തിരിച്ചുവരവ്

ആസ്തമയുമായി
ജയിൽപ്പടിയിറങ്ങുമ്പോൾ
കോരൻ കണ്ടത് വലിയൊരാഘോഷം.

വധശിക്ഷ വെറുതേ വിടലായവർക്ക്
ഗ്രൂപ്പിന്റെ വരവേല്പ്.
ആസ്ത്മയില്ലാത്തവരുടെ
അഭിവാദ്യ ഗർജ്ജനം
പത്തിവിരിച്ച ഒച്ചക്കൂട്ടം.

ഒറ്റക്കാക്കപോലെ കോരൻ ഒഴിഞ്ഞു പാറി.
വരട്ടേ ഞാനെന്ന്
പറയാൻ വിളിച്ചപ്പോൾ
പഴയ പ്രിയനമ്പറുകളെല്ലാം
വേറെ ബന്ധത്തിൽ.
കോരന്റെ മുന്നിൽ
പോൾ സെലാന്റെ ഗ്ലാസ്സിലെ
കറുത്ത പാല് പോലൊരു ശൂന്യത.

ഓർമ തീറ്റിച്ചും
തത്ത്വം കുടിപ്പിച്ചും
അറിയുന്നോരുടെ
മാറിപ്പോക്ക് കാണിച്ചും
പല വഴിയേ പല വട്ടം
പല രാവും പല പകലും
കൊണ്ടുനടപ്പായി കോരനെ
ആ പെരുംപൊട്ടൻ ശൂന്യത;
വിവശൻ സ്വന്തം
കൂര കാണും വരെ.
നീണ്ടെത്തിയ അയൽച്ചില്ലയുടെ തണലത്ത്
കൂനിച്ചുങ്ങി നിൽക്കുന്നു.
തീറ്റയില്ലാത്ത പൈക്കുട്ടി പോലെ

കൂര
കാറ്റിൽ ഞരങ്ങി
ബന്ധം ദ്രവിച്ച്
മോന്തായം വളഞ്ഞ്.
ആരും ശേഷിക്കാതെ.

പറയാൻ നാവില്ലാതെ
ഒരു പരിഭവം
മൂളിപ്പാറുന്നു മുറ്റത്ത്
ഇറയത്തെ നിഴലിൽ തോന്നി
അപ്പനമ്മമാരുടെ വടിവ്.
പ്രാക്കമ്മൂമ്മയുടെ അനക്കം
ചിതലിന്റെ ചോദ്യംചെയ്യലിൽ
വശംകെട്ട കയറ്റുകട്ടിലിൽ.
നീ വന്നല്ലോ എന്നൊരു
തണുവാക്ക് കോരനോട്
മൂവാണ്ടൻമാവിലെ കാറ്റിന്.

മുറ്റത്തെ പൊന്തയ്ക്കിടയിൽ
എലികളുടെ ഗറില്ലാപ്പാത.
വാരിയിടുക്കിൽ
അപ്പന്റെ പാളത്തൊപ്പി.
നെരൂദ എത്ര ശരി, ഉള്ളിൽ
തലയില്ലാത്ത തൊപ്പിയാണ് മരണം.
തൊപ്പിയിലെ ഇല്ലായ്മയ്ക്ക്
അടിമച്ചേറിന്റെ നാറ്റം.
എന്റെ തല അതിൽ പുതഞ്ഞു താഴാതെ
ഒളിപ്പോരിലേക്കെന്നെ ഞാൻ വലിച്ചെറിഞ്ഞു.

പഴയ ചില ചുണ്ടുകൾ
കാട്ടുഗൗളികളെപ്പോലെ
ഉമ്മറമൗനത്തിൽ തറഞ്ഞു നിന്നു;
ചിരിയോ ചൊല്ലോ ഇല്ലാതെ.

ആസ്തമയ്ക്കിഷ്ടമല്ല പഴമ, മാറാല, പൊടിയും
പിരിമുറുക്കവും ചിന്താക്കുഴപ്പവുമൊന്നും.
ചാരുമജുംദാർക്കുമുണ്ടായിരുന്നു ആസ്തമ.
ലെനിനും ഹോയ്ക്കും മാവോയ്ക്കുമുണ്ടായിരുന്നു
പലതരം ശ്വാസംമുട്ട്.
പല വാതിലുകൾ
മുന്നോട്ടും പിന്നോട്ടും തുറന്നിട്ടും.
ഒന്നോർത്താൽ

പ്രാണവായുവിന്റെ ഒളിച്ചുകളിയല്ലേ ചരിത്രം?
അധികാരവും കവിതയുമെല്ലാം?

കോരൻ തിണ്ണയിലിരുന്നപ്പോൾ
ചുമലിൽ പീലിക്കാവടിയും
നാവിൽ ശൂലവുമായി
പണ്ടത്തെ മീനവെയിൽ
മുറ്റത്തു വന്നു നിന്നു.
ഉണങ്ങിയ വാഴയില പോലെ ചിലച്ച്
നിഴലായുണ്ട് കല്യാണിയമ്മ.
അല്ലാ ഇതാര്? മ്മ്ടെ പഴേ
എൽ.സി. സെക്രട്ടറി കണ്ണൻസഖാവല്ലേ!

ഒന്നനങ്ങിയോ നാവിലെ ശൂലം?
പറഞ്ഞോ എന്തെങ്കിലും?
തറഞ്ഞോ എവിടെയെങ്കിലും?

'നാളെ മുതൽ പത്രമിടട്ടെ?'
സൈക്കിൾബെല്ല് ചോദിച്ചു.

'തെരഞ്ഞെടുപ്പ് കഴിഞ്ഞോട്ടെ.'

അലഞ്ഞ ഒരു പട്ടി ഉച്ചയ്ക്ക് വന്നു.
എച്ചിലിനെ നോക്കുന്നപോലെന്നെ നോക്കി.
വാലാട്ടി.
പുച്ഛത്തോടെ തിരിച്ചു പോയി.

എങ്ങനെയവനെന്നെ പരിചയം?
ഏതു മണം ഇണക്കി?
ഏതു വേട്ടയിൽ,
ഏതു കാട്ടിൽ ഒന്നിച്ചു നാം?
ടാലിയാവാത്ത കണക്കു പോലെ
ആരാണവനിൽ എന്റെ നേർക്ക് തുറിച്ചു നിന്നത്?
ഞാൻ വകവരുത്തിയ
തുകൽവ്യാപാരിയുടെ പ്രേതമോ?
ഒളിത്താവളത്തിൽ
എന്നെ പ്രേമത്തുടലിലിട്ട്
പൊലീസിനു കൊടുത്തവളോ?

ഓരോ തിരിവിലും എണീറ്റു വരുന്നു
ഒരേ ചോദ്യം:
ആരാണാ മൂന്നാമൻ?
മറഞ്ഞു നിൽക്കുന്നവൻ?
എല്ലിൻകൂടു പോലെ

എന്റെയുള്ളിൽത്തന്നെയോ
എന്റെ എതിരാളീടേം
ഒളിച്ചുവാഴൽ?
അവനോ വടിവും ബലവുമായി
വീഴാതെന്നെ നിലനിർത്തുന്നവൻ?

മൂന്നാമൻ എന്നും ശല്യം
ഏത് വഴിത്തിരിവിലും കേറി വരും
ചില ഫിലോസഫി സാറുമ്മാരെപ്പോലെ.

തനിച്ചിരുന്നപ്പോൾ
ആശാന്റെ തോന്നയ്ക്കലെ വീടിന്റെ
ദൂരത്തെ ഒരു ജീർണ്ണബന്ധു
ഈ കൂരയെന്ന് കോരനു തോന്നി.

മാറുമോ എന്റെ ഊ ദുരവസ്ഥ?
ഒളിവിലെ ഓർമകളോ
വെളിവിലെ മറവികളോ
എഴുതാമെന്നു കരുതി
ഭാഷയിലേക്കിട്ട ചൂണ്ട
ശൂന്യതയുടെ സ്രാവുകൾ
ഉലച്ചുകൊണ്ടേയിരുന്നു.
ഈ നൂലിന്റെ മറ്റേയറ്റത്തുണ്ട്
നമ്മുടെ ഇരയെന്നു പറഞ്ഞ്
സ്രാവുകൾ ചിരിച്ചു.

ഉറങ്ങാതെ കിടന്നപ്പോൾ കണ്ടു
കൂരിരുട്ടിൽ
കൂരയുടെ മൺചുവരുകൾ
വളരുന്നു.
വളർന്നു വളർന്ന്
ജയിൽച്ചുമരോളം ഉയരുന്നു
വാതിലിനെ ഞെക്കി
ഞെരിക്കുന്നു.

വാതിലിപ്പോൾ
ഒരു കണ്ണടച്ചില്ലോളം ചെറുത്. ■

'കരുണ'യിലെ കാക്ക

'**ക**രുണ'യിലെ കാക്ക
കരുണയില്ലാക്കാക്ക.
കൊത്തിച്ചിതറണമതിന്
മോഹിച്ചതെല്ലാം
മോഹിപ്പിക്കുന്നതെല്ലാം
കൊത്തിക്കുടിക്കണം തൃഷ്ണ
ചോരയും കണ്ണീരും.
ചിക്കിപ്പരത്തണം
ഇണങ്ങിയുണങ്ങിയ കവിളിലെ
ബോധപ്പുതുവെയിൽ.

കൊത്തി വലിക്കണമതിന്
ചുടലയിലും പ്രണയം മിടിക്കുന്ന
പെൺഞരമ്പ്.
പ്രണയം എച്ചിലല്ലാതാക്കിയ ഉടൽ
പുതുതാക്കിയ മനം
ഉയർത്തിയ മാനം
വിളയിച്ച വെളിവ്.
വിളിക്കണമതിന്
കൊലയാളീ, കൊലയാളീന്ന്
പ്രണയത്തെ
കൊത്തിക്കെടുത്തണം
പ്രണയത്തെ.
കൊത്തിക്കെടുത്തണം
പ്രണയിയുടെ ഉയിർ.
നരകമാക്കണം
പ്രണയത്തിന്റെ അവസാനദൃശ്യം.

കണ്ണിന്റെ ഉന്നവും കൊക്കിന്റെ മൂർച്ചയും
മേലങ്കിയുടെ ഇരുട്ടും തയ്യാർ
പ്രണയത്തിന്റെ ചുടലയിൽ
ശ്രദ്ധ തെറ്റാതെ ഉണർന്നിരിക്കാൻ,
മൺകുടത്തിന്റെ കയത്തിലെ
ആ അവസാന മിടിപ്പും കൊത്തിയെടുക്കും വരെ
പ്രണയം സ്വാദേറ്റിയ ഉടൽ
തിന്നൊടുക്കും വരെ.
ആട്ടിയോടിക്കാൻ ആരുണ്ടായാലും.

ആനന്ദനായി വെമ്പുന്ന
ആ അന്തിച്ചെറുചിരിയിൽ
കൊത്തി വലിച്ചാൽ
മാറുമോ നിന്റെ ചുണ്ട്
ആനന്ദച്ചുണ്ടായി?
കാമുകരുടെ രഹസ്യപരകായമോ നീ?

വീട് വീട് ഭിക്ഷ തേടലും
നീയോ ഇന്നത്തെ ബുദ്ധൻ? ■

നമ്മടാള്

സ്റ്റാർ ഹോട്ടലിന്റെ പാർലറിലെ
കുള്ളനാലിന്റെ ചോട്ടിൽ
ബോൺസായ് ബുദ്ധൻ;
ബുദ്ധനിൽ ബുദ്ധൻ കുറഞ്ഞ്.
ടൂറിസ്റ്റ് എഡിഷൻ.
ക്യൂരിയോ.

ഹോങ്കോങ്ങിലെ കബ്രിക്കി*ൽ പോലിനിൽ[1]
സിംഗപ്പൂരിലെ കിനോകുനിയ*യിൽ
ടിബറ്റൻ ലങ്കൻ കുന്നുകളിൽ
കിഴക്കൻ കാഴ്ചക്കോവിലുകളിൽ
പടിഞ്ഞാറൻ ഓർമ്മപ്പുരകളിൽ
കവിതയുടെ കൊടുമുടികളിലും ബുദ്ധൻ
പെരിയ ബുദ്ധൻ;
ബുദ്ധനിൽ ബുദ്ധന്മാർ നിറഞ്ഞ്.

ഹാവൂ! എവിടെച്ചെന്നാലും നമ്മടാള്.
നമ്മുടെ സ്വന്തം ദയാമയൻ.
('ഇവരറിയുന്നീലെന്നഭിമാനം'[2])

ഓരോ കാഴ്ചയിലും
അകന്നൊരാളായി നീ;
ഓർമ്മിപ്പിക്കാൻ നോക്കി ഞാൻ
നാമൊന്നിച്ചുണ്ടായിരുന്നത്...

മീശ കറുത്ത് ചിരി തുടുത്ത് നാം
മാരമായയിൽ പൂമരങ്ങളായപ്പോൾ
നീ പറഞ്ഞു, മദിക്കേണ്ടെന്ന്.

---

* പുസ്തകക്കടകൾ

1. ബുദ്ധവിഹാരം; 'ബിഗ് ബുദ്ധ'യുടെ പീഠം.
2. ഓണമുറ്റത്ത് – വൈലോപ്പിള്ളി

അസുന്ദരവൃദ്ധരായ് വാടും
രോഗിയായ് ശവമായ് നാറും
നാളെ നാമെന്ന് നീയെന്നിൽ
ഭാവിവിചാരത്തിന്റെ ചിപ്പ് ഘടിപ്പിച്ച്
വർത്തമാനം വീണ പൂവാകുന്ന
ദുരന്തം കാണിക്കാൻ.
ആ ലാടം വർത്തമാനത്തിന്റെ
പൂഴിയിൽ നിന്നെന്നെ അകറ്റി.
ആ കനി എന്നിൽ തടവിലിട്ടു
അബോധാനന്ദത്തിന്റെ മൃഗത്തെ
പേരു കൂട്ടിയല്ലാതെ കനിയൊന്നും
തിന്നാൻ കഴിവില്ലാത്തവരാക്കി
എന്റെ കിളികളെ.

ഇണയുടെ അവകാശങ്ങളുടെ
ഇണയാവുമ്പോഴേ
പ്രണയം പ്രണയമാകൂ എന്ന് നീ.
വിട്ട് പോരുമ്പോൾ യശോധരയും മോനും
കിടന്ന കിടപ്പിനെപ്പറ്റിപ്പറയുന്നത്
വിട്ടുപോരലല്ലെന്ന് നീ.
ത്യാഗമില്ലാതെ മോചനമില്ലെന്ന് നീ.
സ്വകാര്യവും രാഷ്ട്രീയമെന്ന് നീ.

തനിച്ച് നടക്കുമ്പോൾ നിന്റെ
പൊരുത്തക്കേടുകളെന്നെ അലട്ടുന്നത്
പറഞ്ഞില്ലാരോടും ഞാൻ.
പകരം,
ഗെയ്ൽ ഓംവെദ്, കാഞ്ച ഐലയ്യ...
നിന്നെക്കുറിച്ചുള്ള പുതുവായനകളെപ്പറ്റിപ്പറഞ്ഞു.
മടുപ്പിക്കും അക്കാദമിക് വഴിയെന്ന് നീ.
മടുത്തിട്ടാണ് ഗംഗാതടത്തിലേയും
മഗധയിലേയും പ്രൊഫസർകുലങ്ങൾ
വിട്ടു പോന്നതെന്ന് നീ.

പിന്നെ
നീ തന്നെ
നിന്റെ ഗുരുവും ഗുരുകുലവുമായി;
എതിർഗുരു, എതിർകുലം.
ഒരരിമണി ഒരു ദിവസത്തേക്കെന്നെ
ഉറുമ്പുത്സവം നീ കൊണ്ടാടി.

മഴ മഞ്ഞ് വെയിലുകളിലെ ധ്യാനത്തിൽ
ഉള്ള് നിറഞ്ഞ ധാന്യമണി പോലെ
നിന്നിൽ നീ വിളഞ്ഞ് നിറഞ്ഞു.
നിറ നിരഞ്ജന പോലെ
മരുവാഴ്‌വുകളിലേക്ക് നീയൊഴുകി.

സാമനാഥത്തിലേക്ക്
നാമൊന്നിച്ച് വഴി നടന്നു;
നന്ദലാൽ ബോസിന്റെ
മലമ്പാതച്ചിത്രത്തിലെപ്പോലെ
മരങ്ങളും കാട്ടുപുല്ലും കുറഞ്ഞ
മൗനപ്പാതയിലൂടെ.
ഡിയർ പാർക്കിൽ നിന്റെ ആദ്യപ്രസംഗം,
ധർമ്മചക്രപ്രവർത്തനസൂത്രം,
പ്രപഞ്ചഗതിയുടെ താക്കോൽ തിരയുന്നത്
ഞാനും കേട്ടു.
അഴിയാനുള്ള പൂങ്കെട്ടുകളാണ്
കൂട്ടുകളെല്ലാമെന്ന് നീ.
ബുദ്ധന്റെ പ്രേമമേ പ്രേമമെന്ന് ഓഷോ.
ആരുടെ മൈത്രിയേ മൈത്രി?
യേശുവിന്റെ? എംഗൽസിന്റെ?
മാക്സ് ബ്രോഡിന്റെ? ചെയുടെ?
മദർ തെരേസയുടെ?
മരിച്ചേ പിരിയൂ എന്ന് വാശി പിടിക്കുന്ന
പണ്ട് പണ്ടത്തെ നാട്ടുസന്ധ്യകളുടെ?
വാസനകളുടെ?
പഞ്ചഭൂതങ്ങളുടെ?
മിഥ്യകളുടെ?
നിഴൽനായുടെ?

മറന്നോ നീയെന്നെ?
ജാതിഭൂതങ്ങൾക്ക് ഞാനും എതിര്
നീതി എനിക്കും ഉയിര്
ജീവജാലങ്ങളും ഭാവിമക്കളും
എനിക്കും അരുമ.

നീ, ആദ്യത്തെ മൾട്ടിനാഷണൽ ഇന്ത്യൻ.
പുതിയവരെ കണ്ട് കണ്ട്
പുതിയതറിഞ്ഞറിഞ്ഞ്
പുതുമുഖങ്ങൾ അണിഞ്ഞണിഞ്ഞ്

പുതുമാനങ്ങളിൽ പറന്ന് പറന്ന്
വിലയിലും വ്യാഖ്യാനത്തിലും ഉയർന്ന്
അറിയാത്തൊരാളായി നീ.
കള്ളനോ പെരിയോരോ ആയി.

എല്ലാരുടേയുമാവുമ്പോൾ നമ്മടാള്
ഇത്തിരിയെങ്കിലും നമ്മുടേതല്ലാതാവും.
വിജയി അകലും
അവനവനിൽ നിന്നു പോലും. ■

കല്ലറ

(ബ്രൂഗലിന്റെ the parable of the blind
എന്ന ചിത്രത്തിന് സ്തോത്രം.)

അന്ധരെങ്ങനെ-
യൊന്നിച്ചതിങ്ങനെ? ലോക-
ക്കുത്തൊഴുക്കി-
ലൊരേയിരുൾക്കരെ?
ആരടുപ്പിച്ചിവരെ?
ഉടുപ്പിച്ചു?
വടി പിടിപ്പിച്ചു?
പാതയെത്തിച്ചു?
ഏത് കൈ?
കൈയൊഴിയൽ? ജീവന്റെ
ഏതൊരായം?

കൂട്ടുകൂടുവതിപ്പൊഴു
കൂട്ടുമോ കാഴ്ച?

നീരിൽ ഒച്ചയിൽ പിച്ചയിൽ
നോവിൽ നിന്ദയിൽ കാമത്തിലും
മുട്ടി വെട്ടത്തെ എത്രയോ
വട്ടമെന്നാലും,
പൊട്ടിയില്ലിരുൾത്തോട്
ഉദിച്ചില്ലവർ.

'അന്ധരെ അന്ധർ
നയിക്കുന്ന' ചിത്രത്തി-
ലന്ധരാരെന്ന്
കൂട്ടിനാരെന്ന്
പോവതെങ്ങെന്ന്
മുന്നിലെന്തെന്ന്

ആരു വീഴുന്നു
വീഴ്ത്തുന്നു
താങ്ങുന്നതാരെന്ന്,
കാണുന്നു ഭീതികൾ
ബ്രൂഗൽ, മണ്ണിൻ
തവിട്ടു താളത്തിൽ.

കടലെടുക്കും
ചെറുതുരുത്തോ
ബോധമിവരിൽ? ഒറ്റക്കണ്ണർ
സൈക്ലോപ്സുകൾ വാഴും പെരും-
ഗുഹയേ ലോകമിവർക്കെ-
ന്നൊരു വരി
ഒഴിവാക്കിയോ ഹോമർ?

ഇവരിൽ
സ്ഥിരവാസികളായ രാവുകൾ
വിളക്കില്ല നിലാവിനെ
പ്രണയമെന്ന്
മറിയമേന്ന്
മാലാഖേന്ന്
ഹൈദരലിയുടെ അലിവിൻ നീൾ-
സ്വരത്തിൽ പ്രിയനെത്തേടി
കാട്ടിൽ ദിക്കറ്റ
ദമയന്തിയേയെന്ന്.

അന്ധർ അന്ധരോ?
ബ്രൂഗലിന്നാധി; എല്ലാം
കണ്ടെന്ന് ഭാവിക്കും
നമ്മളോ? നമ്മെ നയിക്കും
ത്രികാലജ്ഞ പാർട്ടിയോ
നീതിവാദങ്ങളോ?
തൈറീസിയസോ? എന്തിനും
മീതെ നാം നമ്മെക്കാട്ടും
പട്ടമോ?

കണ്ണില്ലായ്കയോ
കാണായ്ക?
ആരളക്കും കണ്ണുള്ളവർ
കാണ്മതിൻ വ്യാസം?

ചോദിപ്പു ബ്രൂഗൽ,
ആരുണ്ട് കാണുന്നു
പൂഴിയിൽ പല
ജീവിമൗനങ്ങളിഴഞ്ഞതിൻ
വരകളും
വരയിലെ
സൂക്ഷ്മായനങ്ങളും?

ദൃശ്യത്തി-
ലെത്രയും പിന്നിൽ ദൂരെ
പരുങ്ങുന്നൊരു പള്ളി;
ഒരുങ്ങുന്നൊരു
ഖേദവാക്യം:

"ചിത്രത്തിലേയു-
ള്ളെനിക്ക് ജീവൻ;
പുറത്താകിൽ
ഏത് കോവിലോ പാർട്ടിയോ
പോലൊരു വെറും കല്ലറ ഞാനും.
എന്നുള്ളിലുള്ളതും ഉള്ള്
കണ്ടിരുന്നതും
കാണാത്തോന്
കാഴ്ച കൊടുത്തതു-
മായൊരുവന്റെ
ദേഹി പൊയ്പോയ
ദേഹം." ■

ചിലർ കൂടെയുണ്ടെങ്കിൽ

നീ കൂടെയുണ്ടെങ്കിൽ ബില്ലുകൾ
നീയടയ്ക്കും, ബാഗുകൾ
നീയെടുക്കും. ദൂര-
മേറെയും നീ നടക്കും; അത്
സെക്കൻഡ് സൂചിതൻ
അധിക സഞ്ചാരം? എ-
ന്നെന്റെയമാന്തങ്ങൾ
ഞാൻ മറയ്ക്കും.

പുതുമഴയ്ക്കിന്നലെ കുന്ന് ചുറ്റി
വന്നെത്തിയരുവിയെന്ന്
വരു വേഗമിവിടെയെന്ന്
ഒരു ദൂരവിളിയുണ്ട് കാറ്റിലെ-
ന്നേത് ദൂരഗ്രാഹി
കൂടെയുണ്ടാകയാ-
ലറിഞ്ഞു പരൽമീൻ?
എന്ന് നീ ചില നേരം ചോദ്യ-
ച്ചിരി ചിരിക്കും.

ദൂരങ്ങൾ കേൾക്കു-
മാഴങ്ങൾ കാണും
നീ കൂടെയുണ്ടെങ്കിൽ ഞാൻ. എൻ
വലയിൽ നിൻ ഭ്രമണവും
കണ്ടിരിക്കും.
ആ ഭ്രമണമേ പ്രണയമെന്നെന്നും
നിനച്ചിരിക്കും.
ഏറെയും മറവിലാം കാമുക-
ക്കലെയായ് ഞാൻ ഐഹിക-
സ്വാദുമഴകും രസിച്ചിരിക്കും.
എൻ കൂടെയല്ലെങ്കിൽ നിൻ
ജീവിതം പോക്കെന്ന് നിത്യം
വിധിച്ചിരിക്കും.

നീ കൂടെയില്ലെങ്കിലെൻ
ജീവിതം പോക്കെന്ന
സത്യം മറച്ച്
ചിരിച്ചിരിക്കും.
വ്യാജത്തിൽ വ്യാജമിണക്കുമുത്തുംഗ-
ഗോപുരം ഞാനെന്നൊരിക്കൽ നീ
നേരറിഞ്ഞാലോ? എ-
ന്നുള്ളാലെ ചെറുപേടി
പേടിച്ചിരിക്കും.
സ്വപ്നത്തിലെങ്കിലും കാമിനിയെ
വിട്ടകലാതെയുണ്ടേതൊരുത്തൻ?
എന്നോർത്ത്, ദൈവമേ
ചിരി എത്രതരമെന്ന്
കള്ളച്ചിരിയും ചിരിച്ചിരിക്കും.

ചില ചിരികളാർ ചിരിച്ചാലും
തോന്നും ഗയയിലെ
ദയനിലാവെന്ന്, കെട്ടു-
കഥയല്ല കഥയിലെ പ്രേമമെന്ന്, വെറും
നുണയല്ല എന്റെയും പ്രേമമെന്ന്
നീ കൂടെയുണ്ടെങ്കിൽ.

ചില ചിരികൾ സുഗ്രഹം ക്യൂബിസ്റ്റ്-
കോണുകൾ; ഹെർബെർട്-
റീഡ്/ഫിഷർ/ബെർഗർ/
പണിക്കർ/ഹുസൈൻ/ഏതെങ്കിലും
പുതുകണ്ണ് കൂടെയുണ്ടെങ്കിൽ.
അല്ലെങ്കിൽ നീയും മൊണാലിസ
ചിരിയും കരച്ചിൽ.

നാളെയെല്ലാരും ചിരിക്കുവാ-
നിന്ന് ചിരിക്കാ-
തണപ്പല്ലിൽ കടുംചിരി-
പ്പുകയില-
ഞെട്ടി ചവച്ചെരി-
വൂറ്റിക്കടുക്കുന്നു തീവ്രവാദി.

മായുന്നു കോട വീ-
ണീ വീടിനപ്പുറം ലോകം,
മായുന്നു ചിരികളും, ഭീകരൻ
മച്ചിലുള്ളപ്പോൾ.

പായുന്നൂ പൊറുതിയില്ലാഞ്ഞ്
പഴയോരുറവ തൻ
പാദത്തിലേക്ക് നമ്മിലെ-
യാദിമ വാനരർ.

പുഴ വറ്റി.
മണലി-
ലരയാലിൻ തണൽ വര-
ച്ചൊഴുകുന്നു വെള്ളരി, പൊരിയു-
മുയിരിലെഴുതുന്നു തെളിനീരും
തുണയും കുളിർക്കായ്കൾ;
നാമറിയുന്നിതാഴത്തിലെ
വറ്റാത്ത ബുദ്ധനെ;
ചിലർ കൂടെയുണ്ടെന്നും. ■

തൊടൽ

തൊടൽ
പുണരലിന്റെ
മുത്തങ്ങളുടെ
മീട്ടലുകളുടെ
ചുരുക്കെഴുത്ത്.
പ്രണയം വിരൽത്തുമ്പിനൊരു
ബ്രെയിൽവായന.
അയിത്തത്തെ, ഇരുട്ടിനെ, ജയിക്കും
ആത്മോദയം.

ഒരു മൊട്ടിൽ
ഒരു പൂക്കാലത്തെ
കാണാമണങ്ങ-
ളഴിച്ച് വായിക്കൽ.
ഉടൽ ഉടലിനു വാദ്യമാകൽ
സ്പർശമേ പരം അരുളെന്നുടലിന്റെ
പൊരുൾപാടൽ കേൾക്കൽ.
ചെവി, മൂക്ക്, തൊലിയും കണ്ണാകൽ.
അതേ സ്വർഗ്ഗമെന്നറിയൽ.
ചത്ത് ചീയലൊക്കെ നാളെ
മത്ത് പിടിക്കൽ ഇന്ന്.

തൊട്ടുതൊട്ടവളെ നീ
സ്വർണ്ണപ്രതിമയാക്കണമെന്നില്ല.
ടച് സ്ക്രീനും പഴകി.
സ്വർഗ്ഗസ്ഥനായ മൈക്കലാഞ്ജലോ പറഞ്ഞു;
തൊട്ടുതൊട്ടില്ലെന്നായ
ദൈവത്തിന്റെ വിരൽ
ആദമിന്റെ വിരലിലേക്ക്

പ്രതിഭ പകരുന്നത്
സിസ്റ്റൈൻ ചാപ്പലിന്റെ മച്ചിൽ ഞാൻ
അത്രയ്ക്കടുത്ത് കണ്ടിരുന്നു.
തൊട്ടുള്ളതിനേക്കാൾ തീക്ഷ്ണം
തൊടാച്ചുംബനം. ■

റദ്ദ്

ബുദ്ധന്റെ ഇരിപ്പാണിരിപ്പ്
ഒന്നും തിരുത്താനില്ല
ഫോട്ടോഷോപ്പിൽ.
ഉടലും ഉലകങ്ങളും
ഉയിരിലൊരു ധ്യാനമൊട്ട്.
റിൽകെ കണ്ടത് സത്യം, ബുദ്ധൻ
കേന്ദ്രങ്ങളുടെ കേന്ദ്രം.

ഇരിക്കുന്നെങ്കിൽ ഇങ്ങനെയിരിക്കണം
കളത്തിലെ ഉച്ചവെയിൽ
അടിമണലിൽ
കൊലവാളുകൾക്കിടയിൽ കാണിച്ചു തന്ന
കളവ് പോയ വിഗ്രഹം പോലെ,
ഉലയാമായിരുന്നിട്ടും ഉലയാതെ.

കൊലവാൾമൂർത്തി
ഉറങ്ങാടുന്ന ഇരുട്ടിൽ തെളിയും
മാരകമായൊരു വ്യക്തത,
സാക്ഷിയുടെ കണ്ണിൽ
ദാരുണമായ അവ്യക്തത, നടുക്കവും.
നടുക്കത്തിന്റെ എപ്പിസെന്റർ തിരഞ്ഞ് ഞാൻ
മോണിറ്ററിലേക്ക് കുനിഞ്ഞിരിക്കും;
ചാഞ്ഞോ ചരിഞ്ഞോ നിവർന്നോ
വളഞ്ഞോ പിരിഞ്ഞോ.

പഴയ
കഞ്ഞികുടിയിരിപ്പും
മുടിമുറിയിരിപ്പും
നൂൽനൂൽപ്പിരിപ്പും
ജയിലിലിരിപ്പും

പാർലിമെന്റ് നടയിലെ
എതിരിരിപ്പും
നക്സൽബാരിയിലെ
പതിയിരിപ്പും
സിദ്ധാന്താസനവും
ഫാഷൻ സലൂണിലെ
ഫേഷ്യലിരിപ്പുമെല്ലാം
ആ ഇരിപ്പല്ലാ ഇരിപ്പിൽ
റദ്ദായെന്ന് തോന്നി.
ഇല്ല, മാഷേ.
ഏതിരിപ്പിലും കാണാം
അര വരെ നില്പ്; താഴേക്ക്
ഇരിപ്പ്, പാരമ്പര്യവും
ഏത് പാട്ടിലും കേൾക്കാം
പാട്ടല്ലാതെ ചിലത്;
പാട്ട്പാരമ്പര്യവും.
ചാടിയെണീക്കാനോ
നേരിടാനോ
ഓടിയൊളിക്കാനോ
എളുപ്പാസനം,
ഏത് ജീവിയുടെയും ഇരിപ്പ്.

വാമനനായി കീഴടക്കാനോ
വാമനന് കീഴടങ്ങാനോ
നവലിബറൽ ഇരിപ്പ് തയ്യാർ.
കീഴടക്കിയാൽ ലോകം ലാഭം;
കീഴടങ്ങിയാൽ
ആണ്ടിലൊരു സ്വദേശയാത്രയുടെ
ഓഫർ ലാഭം.

മറ്റെല്ലാം റദ്ദ്. ■

സൈനികന്റെ പ്രേമലേഖനം

അതിർത്തികൾ ഉള്ളിലാണ്,
ചുറ്റിലുമല്ല മണിപ്പൂരിൽ.
പടച്ചട്ട
ഉടുപ്പുകളുടെ അതിര്.
തോക്ക്,
കൈക്കോട്ടിന്റെ അതിര്.
കവാത്ത്,
നടപ്പിന്റെ അതിര്.
കമാൻഡ്,
വാക്കിന്റെ അതിര്.
വെടിയൊച്ച
നെഞ്ചിടിപ്പിന്റെ അതിര്.
ഭയം
സമാധാനത്തിന്റെ അതിര്.
അന്യത
മനസ്സിന്റെ അതിര്.

കുന്നിറങ്ങി വരുമ്പോൾ
എന്നും കാണാറുണ്ട് ഞാൻ
മണിപ്പൂരിജഡങ്ങൾ
ചോര പുരണ്ട് മഞ്ഞിൽ;
ഇരുട്ട് കീറുന്ന ഒരു രത്തൻതിയ്യം രംഗം.
ഇതിലാരെയാണ്
ഞാൻ കൊന്നതെന്നറിയാൻ ഒരു ക്ലൂ
തരില്ല ജഡം,
മണിപ്പൂരിജഡം പ്രത്യേകിച്ചും.
വിദൂരമായെങ്കിലും
ഒരു കഥട്ടേഷൻ സംഘാംഗമോ ഞാനും
എന്നൊരുറക്കമില്ലായ്മ
നീറ്റാറുണ്ടെന്നെയും.

ജഡം മറക്കില്ല കൊലയാളിയെ,
പിന്തുടരും സ്വപ്നത്തിലും.

എന്റെ യൂണിറ്റിലെ ഒരു ഹവീൽദാർ
ബലാൽസംഗം ചെയ്ത പെണ്ണിനെ
പിന്നൊരിക്കലവൻ ചന്തയിൽക്കണ്ടു.
തീയാളിയ ആ കണ്ണ്
അവന്റെ സ്വപ്നത്തിൽ എന്നും വന്നു
കത്തുന്ന പുര പോലെ പിളർന്നെരിഞ്ഞു,
ഉള്ളാലെ അവൻ ചാരമാകും വരെ.

ജഡങ്ങളുടെ ചുണ്ടുകളിൽ കാണാറുണ്ട് ഞാൻ
അവർക്ക് പറയാനാവാത്ത വാക്കുകൾ.
പുറ്റ് പൊട്ടിച്ച് പിച്ച വെക്കുന്ന
ചെമ്പൻ ഉറുമ്പുകൾ.
ഒരു മൃതദേഹത്തിൽ നിന്ന്
മറ്റൊന്നിലേക്ക്
തിടുക്കത്തിലെത്തി
അവ പാടുന്നോ
പറയുന്നോ
തിരയുന്നോ
കരയുന്നോ
ചിരിക്കുന്നോ
കലഹിക്കുന്നോ
ഒന്നുമെനിക്ക് പിടി കിട്ടാറില്ല.

ഓരോ കൊലയും കൊലയാളിയെ
ഭാഷയിൽ നിന്നകറ്റും.
നുണമുള്ള് തിന്ന് മരുഭൂമിയിലലയും
കൊലയാളിയുടെ ഒട്ടകം.
മുറിവേറ്റവരുടെ ഭാഷ
തുള്ളി തുള്ളികൾ,
ജീവൻ ഇറ്റിറ്റ്,
ജലതരംഗം പോലെ,
തുണ്ട് തുണ്ടുകൾ,
ജീവൻ ഇറുന്നിറുന്ന്,
തബല പോലെ,
മെരുങ്ങില്ലവ നമ്മുടെ
രാഷ്ട്രീയ നിഘണ്ടുവിൽ.

ഇടയ്ക്കൊരുനാൾ ഞാൻ
കൂടാരത്തിലെത്തിയാൽ
തോക്ക് താഴെ വെച്ചാൽ
പാദങ്ങളിൽ നിന്ന് പർവ്വതങ്ങളെ
അഴിച്ചുമാറ്റിയാൽ
കോവിലന്റെ കഥാപാത്രമായാൽ
ട്രങ്കിന്റടിയിലെ പേഴ്സെടുത്താൽ
പേഴ്സിലെ നിന്റെ ഫോട്ടോ എണീറ്റു വരും
തെളിഞ്ഞുവരും എന്റെ സ്വരാജ്യം.
ഓരോ പ്രണയവുമൊരുക്കും
സ്വപ്നത്തിലോരോ മണിയറ,
കൊലനിലങ്ങൾക്കമപ്പുറം.

ടോൾസ്റ്റോയിയും
കോവിലനുമൊക്കെയേ മരിച്ചുള്ളൂ.
അതിർത്തികൾക്കും അവിശ്വാസങ്ങൾക്കും
സംഹാരങ്ങൾക്കും മരണമില്ല.
അതിരുകളില്ലായിരുന്നെങ്കിൽ
ജയവും തോൽവിയുമില്ലായിരുന്നെങ്കിൽ.
സൈന്യമേയില്ലായിരുന്നെങ്കിൽ
എങ്കിൽ
ഞാനെന്നും
കുഞ്ഞാമിനേ
നിന്റടുത്തായിരുന്നേനേ. ■

ഒറ്റയ്ക്കൊരുവൾ
ഇരുട്ടിൽ, ഓട്ടോയിൽ

സ്വന്തം പടി ആയോ? പോയോ?
ഓട്ടോയിലെ ഒറ്റപ്പെണ്ണിന് ഇരുട്ട് ബേജാറ്.
ധൈര്യം തോന്നിക്കാൻ ചോദിച്ചു:
ഇതെവിടെയാ?
വാഴച്ചാൽ.
അതിരപ്പിള്ളിയോ?
കഴിഞ്ഞു.

ഓരോ വെട്ടം കടന്നു പോകുമ്പോഴും
ഓട്ടോഡ്രൈവർ ജ്ഞാനിയായി:
ഈ നീല ലൈറ്റ് സൂപ്പർസ്റ്റാർ സർവ്വേശിന്റെ കാർ.
നാളെ ഷൂട്ടിംഗ്.
അതിരപ്പിള്ളിയിൽ.
ഹിന്ദി-തമിഴ്-സിനിമ.
ഈ പച്ച ലൈറ്റ് പ്രൊഡ്യൂസർ പ്രിൻസിന്റെ കാർ.
ഈ പിങ്ക് ലൈറ്റ് ശ്രീലങ്കൻ ക്രിക്കറ്റർ
രത്നബാഹുവിന്റെ കാർ.
കൊച്ചിയിൽ വൺഡേ.
ഇവരൊക്ക കൊറേ ദെവ്സം കാണും;
ഇവിടേം കൊച്ചീലും.

കാണുന്നുണ്ടോ ചേച്ചീ
മലയുടെ അരക്കെട്ടിൽ പടരുന്ന കാട്ടുതീ?

വെന്തുലരുന്ന ആനമാംസം പോലെ
ഇരുൾമലയിലെ മാംസളത്തീ അവൾ കണ്ടു.
ചെറുകിളികളുടെ പൊള്ളിക്കരച്ചിൽ
ചെവിപ്പടിയിൽ പിടഞ്ഞു വീണ്
മനസ്സറഞ്ഞ് മുട്ടി വിളിക്കുന്നത്

വെറും തോന്നലാണെന്ന് തോന്നുന്ന
ബാധിര്യം തനിക്കുണ്ടെന്ന് തോന്നി.

ചേച്ചീ, ഈ കത്തുന്ന മലയ്-
ക്കപ്പുറമുണ്ട് മറ്റൊരു മല.
വാസനമല.
ഗന്ധമാദനമെന്ന് കേട്ടിട്ടില്ലേ? അത്.
അതിന്റെ നെറുകേലുണ്ട്
മണങ്ങളുടെ കൊട്ടാരം.
സിനിമക്കാരുടെയാ.
ഈ കാറെല്ലാം അങ്ങോട്ടാ.
ഓരോ മുറിയിലും താമസം
ഓരോ മണം.
പിന്നിൽ, പൊയ്ക.
പൊയ്കയിലെ നീല ടൈലിൽ
മായാമാണിക്യം.
അതിന്റെ വെട്ടത്തിൽ
വെള്ളം രത്നമയം.
പൂവല്ലിനിഴലുകളായി അതിൽ
നീരാടുന്ന അപ്സരസുകൾ
ഗന്ധർവന്മാർ.
(ദാസേട്ടന്മാരല്ലാട്ടോ).
വിശ്വസിക്കില്ല ചേച്ചീ കാണാതാരും;
കണ്ടാലും വിശ്വസിക്കില്ല ചിലർ.
പിന്നേ ചാലക്കുടിപ്പൊഴേലല്ലേ
മാന്ത്രിക മല? ഒന്ന് പോടാ, നീ
പരിഹസിക്കും.
അറിയില്ലല്ലോ ഇതൊന്നും ചേച്ചിക്കും,
നാട്ടുകാരിയായിട്ടും?
നാട്ടിലായിട്ടും നാട്ടിലല്ല
നമ്മളാരും.

ചേച്ചിക്ക് താത്പര്യമുണ്ടോ?
നമുക്കാളുണ്ട്,
ചാൻസ് തരാക്കാം.
ചീത്തയോ സിനിമാക്കാരെന്നൊക്കെ
ചുമ്മാ പറയുന്നതാ.

ചേച്ചിയെന്താ മിണ്ടാത്തേ?

നീ വണ്ടി വിട് സുമേഷേ.

ഓരോ വെട്ടം കടന്നു പോകുമ്പൊഴും
ഓരോ നിറം ഓട്ടോഡ്രൈവർക്ക്
വളരുന്നുണ്ട്
ഇവന്റെയുള്ളിൽ ഒരു ചൂണ്ട;
വിടനെ കാമദേവനാക്കുന്ന
മാജിക്കൽ റിയലിസ്റ്റ് പിമ്പ്.

ജോലി കഴിഞ്ഞെത്താൻ
ഇത്ര ദൂരമുണ്ടായിരുന്നില്ല
ഇന്നലെ വരെ വീട്ടിലേക്ക്.
ഇങ്ങനെ എരിയും ചുഴിയായിട്ടില്ല
ഇന്നലെ വരെ ഷോളയാർ വഴി.
ഇങ്ങനെ വഴുക്കൽപ്പാറയിലായിട്ടില്ല
ഇന്നലെ വരെ വാഴച്ചാൽനിലാവിന്റെ നില.
നില തെറ്റിക്കാം നേരിയ ചലനം പോലും;
ഒരു മൂളല് പോലും.

വീഴില്ല ഞാൻ
മുറുകെപ്പിടിച്ചിട്ടുണ്ട് ഞാനെന്നെ.
ഓട്ടോയിൽ ദിശ നിശ്ചയിക്കുന്നത് ഞാൻ.
ആക്ഷൻ, ലെഫ്റ്റ്, റൈറ്റ്, കട്ട്...
എല്ലാം പറയുന്നത് ഞാൻ.

ചേച്ചീ, ഉറങ്ങിയോ?
ചേച്ചീടെ പടി. ■

ഒരു ലൈൻമാന്റെ ഓർമ്മക്കുറിപ്പുകൾ

നേരത്തിനു തെളിയണം
തെരുവിളക്ക്;
കലാപമായാലും വിലാപമായാലും.

പൂ വിരിയും പോലെ
താനേ തെളിയുമെന്നൊരാൾ.
അന്തര്യാമി ഉദിക്ക്യാന്ന് മറ്റൊരാൾ.
ആരറിയുന്നു കത്തുന്നതെന്റേം
പൊയ്പ്പോയോരുടേം മനസ്സെന്ന്.
കാണാറുണ്ട് ഞാൻ
മനസ്സ് മങ്ങിയാൽ വിളക്കും മങ്ങുന്നത്
പാവം! തിരിയും തീയും തന്ന വിദ്യ.

സ്വിച്ചോണും സ്വിച്ചോഫും
പൊട്ടിവീണത് കൂട്ടിയിണക്കലും
ഫ്യൂസായത് മാറ്റലും
പുതുകണക്ഷൻ കൊടുക്കലു-
മൊക്കെ ചെയ്യുമ്പോൾ തോന്നും
ഇതൊക്കെത്തന്നെയല്ലേ
നഗരത്തിലെ സാംസ്കാരിക
നായകരും ചെയ്യുന്നതെന്ന്;
ജീവിതമെന്ന്.

ലൈൻ അപ്പനപ്പൂപ്പന്മാരേ ഇട്ടു.
വൈദ്യുതി പള്ളിവാസലീന്നോ
രാമകുണ്ഡത്തീന്നോ വരും.
അമ്പലത്തിലോ പള്ളീലോ എത്തും വരെ
വൈദ്യുതിക്ക് മതമില്ല.

മാടത്തിലോ മാളികയിലോ എത്തും വരെ
വർഗ്ഗമില്ല.
എത്തുന്നിടം ദേശം, വീട്.
ചേരുന്ന പാർട്ടിയുടെ ഒച്ച
അത് പെരുപ്പിക്കും.

2

ഞാൻ കനുമീശ തടവി നടന്ന കാലത്ത്
ചൂട്ടുകറ്റ രാക്കൂട്ട്.
പ്രണയം രാപകൽക്കൂട്ട്.
ഇരുൾമുടിയഴിച്ചിട്ട്
പെട്ടെന്നൊരൊളിയിടം തരും
പ്രിയവാക്ക്.
ഇരുട്ട് രക്ഷിച്ചത്ര മുഖം
രക്ഷിച്ചിട്ടില്ല വെളിച്ചം.
വെളിച്ചം കരുതുന്നത്ര നുണ
കരുതുന്നില്ല ഇരുട്ട്.

4

ലൈൻമാൻജോലിക്ക് ചേർന്നന്ന്
എ.ഇ. പരിഹസിച്ചു.
ഇതാണ് വിപ്ലവമെന്ന്.
എല്ലാവർക്കും തുല്യവെളിച്ചമെത്തിക്കുന്ന
പുണ്യപ്പണിയെന്ന്.
ഓനെന്റെ സഹപാഠി, ബി.ടെക്കിന്.
വീഴാതിരിക്കാൻ ഓടാതിരുന്നവൻ.
ഓടിയോടി ഞാൻ മാവോപ്പുലിയായി.
കാട്ടുകാലം താണ്ടി
നിയമത്തുരങ്കം നൂണ്
ഈ പുല്ല് തിന്നാൻ
തല താണതിന്റെ പരിഹാസം.

പരിഹാസം ഒരു കോയ്മാളിത്തം.
ചങ്ങാതിയുടെ തീൻമേശയിൽ
ആ കൂറ ഇഴയുന്നത് ഞാൻ കണ്ടിട്ടുണ്ട്;
മടിശ്ശീലയിൽ നിന്ന്
മടിച്ചിറങ്ങിയ തുട്ടിൽ
ആ പുച്ഛത്തിന്റെ ക്ലാവും.

അകന്ന ചങ്ങാതി നല്ലത് പറഞ്ഞാലല്ലേ
ഞെട്ടേണ്ടൂ.
ഉള്ളംകൈയിലിപ്പോഴും ബാക്കി.
ചോര പൊടിയുന്നൊരു പോറൽ,
ഹസ്തദാനം കഴിഞ്ഞ് കാലങ്ങളായിട്ടും.

5

ആദ്യമൊക്കെ
പോസ്റ്റിൽ കേറുമ്പോ വിറ,
കിണറ്റിലിറങ്ങും പോലെ.
ഉലാത്തും താഴെ
വിശന്ന കയം.

പരിചയമില്ലെനിക്ക്
കവരങ്ങളില്ലാത്ത ഏകാഗ്രത.
കേറിയിട്ടില്ലന്നോളം
ഒരടയ്ക്കാമരത്തിൽപ്പോലും.
അപ്പൂപ്പന് മുറുക്കാനോ
കട്ടുവിൽക്കാനോ പാക്ക് പറിച്ചത്
പടിഞ്ഞാറ്റേലെ ഗോവി.
എന്റേതായിരുന്നില്ല കയറ്റം.

പിന്നെപ്പിന്നെ സംശയം,
ഉയരെ ഒരു കോടി പാറുന്നുണ്ടോ
കാറ്റിലൊരു പായ നിവരുന്നുണ്ടോ
കൊടിമരമോ പാമരമോ ആവുന്നുണ്ടോ
ഓരോ പോസ്റ്റും?
തോന്നിത്തുടങ്ങി
ഏത് കൊടിയും ഒറ്റച്ചിറകെന്ന്.
കൊടി പിടിക്കുന്ന മനസ്സ് മറ്റേച്ചിറകെന്ന്.

6

എല്ലാ കണ്ണിലും തുല്യവെളിച്ചമെത്തിക്കുന്നു
എന്നൊരു തോന്നൽ എനിക്കില്ല.
ചില വാക്കിനടുത്ത് താമസിക്കുന്നവർക്ക്
കൂടുതൽ വെളിച്ചം കിട്ടും.
ചില പേരിനും പോസ്റ്റിനുമടുത്തുള്ളവർക്കും
പത്ത് വാട്ടിലും നൂറു വാട്ടിലും
നക്ഷത്രം ഒന്നല്ല.

ചൂടയും തിമിംഗലവും
ഒരേ കടിലിലില്ല.

ഒരു വെളിച്ചവും
എല്ലാം കാണിക്കില്ല.
ഓരോ കണ്ണിനും പ്രിയം
ഓരോ വെളിച്ചം.
ചിലർക്ക് പ്രിയം
കണ്ടവ വീണ്ടും കാണൽ.
കണ്ട് കണ്ടകലം കളയാൻ;
കണ്ട് കണ്ടകലാൻ.

7

എന്റെ വിളക്കുകൾ കാണിക്കും
എതിർ വരവുകൾ.
പലപ്പോഴുമവ
പാതയോരത്ത് വരിയായ് നിന്ന്
സ്കൂൾകുട്ടികൾ നെഞ്ചിൽ കൊളുത്തിയ
പീഡനവിരുദ്ധ മെഴുതിരിനാളങ്ങൾ.
എരിഞ്ഞുതുളുമ്പുന്ന
പുതിയൊരടിമക്കണ്ണല്ലാതെ
ആ നാളത്തിൽ
മറ്റൊന്നും നോക്കേണ്ട വായിക്കാൻ
ലിങ്കൺ പോലും. ■

രണ്ടാൾ

വിളമ്പിയ പുരാണത്തിൽ
ഒരു മുടിയിഴ.
ഡൈ മങ്ങിയ നീൾമുടി;
വക്കീലേ ഇത് നിന്റെ.

അഴകായിരുന്നു ഇതും നമ്മുടെ
പഴയ നിയമത്തിൽ;
ബാബുരാജിന്റെ പാട്ട് പോലെ
ഉയിരിൽ ചുറ്റിപ്പടർന്നത്.

2

ഐ പി എൽ കണ്ടിരിക്കുമ്പോൾ
നീ പറഞ്ഞു:

വെറുതെയായി മാഷേ പരസ്യത്താളി;
കൊഴിയുന്നു
തോർത്ത് നിറയെ, ചീപ്പ് നിറയെ,
പ്രായത്തിന്റെ മൂലയിലെ
ചവറ്റുകൊട്ട നിറയെ.

മുറിച്ചാലോ?

അരുന്ധതി റോയ് മുറിച്ചു
തസ്ലീമാ നസ്രീൻ മുറിച്ചു,
പലരും.
മേധാപട്കർ മുറിച്ചില്ല
വൃന്ദാ കാരാട്ട് മുറിച്ചില്ല,
പലരും.
കമലാസുരയ്യ മറച്ചു,
പലരും.

മുറിച്ചാൽ മുറിയുമോ മുടിയിലെ
അടുക്കളമണം?
കരിനിയമം? പുകനിയമം?
വിദേശ മസാലകളുടെ
അമെൻഡ്മെന്റ്സ് മണം?

സിവിൽ/ക്രിമിനൽ വാസന?
മുടി കൊണ്ട് മൂടി കെട്ടുന്ന അടക്കി നിർത്തൽ?
പറവാനെളുതല്ലാത്ത പരമാനന്ദസമരത്തിൽ
മൂർദ്ധാവിലുദിക്കും മഴവില്ല്?
ഓരോ ഇഴയും കവിയും
ഒരുവളുടെ സ്വകാര്യചരിത്രം?
നിലയ്ക്കുമോ ചരിത്രങ്ങളിൽ നിന്ന്
ഒരുവളുടെ കൊഴിയൽ?
തഴയ്ക്കുമോ മേൽക്കോടതിയെ നടുക്കി
ചിന്താവിഷ്ടയുടെ എതിർവാദങ്ങൾ?

മുറിച്ചാൽ
മുറിവിൽ നിന്ന് വളരും ദുർഭൂതം.
മുറിച്ച വാലും പൂണൂലും മറ്റും പോലെ.
മുറിച്ചുകൊണ്ടേയിരിക്കണം വേണ്ടാത്തത്.

മുറിക്കണെന്നുണ്ട്,
മുറിക്കേണ്ടാന്നുമുണ്ട്;
കൈയെത്തുന്നില്ലെനിക്കാകത്രികയിലേക്ക്.

ബോധ്യം വഴുതുമ്പോൾ
ഒന്നിനുമില്ല മൂർച്ച.

3

നാമിങ്ങനെ നേരത്തിന്റെ തീരാ-
ക്കളിയും കണ്ടിരിക്കുമ്പോൾ
നിലത്ത്
കാലിനും ഫാനിനുമൊത്ത്
ഒരു മുടിയിഴ ജീവൻ നടിക്കുന്നു.
ചപ്പും പൊടിയും ഈയൽച്ചിറകും
ചിലന്തിക്കാലും കൂടെക്കൂട്ടുന്നു;
ചെറുഭാരം നല്ല മിത്രം.
ഭാരക്കൂട്ട് വേണം ജീവിക്കാനെന്നറിയാം
ഏത് കരീലയ്ക്കും

ഏത് മുടിയിഴയ്ക്കും
അറിയാം,
കുരുക്കിൽ കുടുങ്ങരുതെന്നും
ജടയിൽ തടവിലാവരുതെന്നും.

“കുരുക്കഴിക്കലും
തടവൊഴിക്കലുമില്ലാതെന്ത് ജീവിക്കൽ?”

ഇടശ്ശേരിയിസ്റ്റായി നീ.

4

പാട്ടിലെപ്പോലെ പിന്നെയും പിന്നെയും
ആ മുടി ചിന്തയിൽ.

അത് കാണിക്കുകയല്ലേ
നമ്മുടെ പാറയിലെ വിള്ളൽ?
ഒന്നെന്ന് ഭാവിക്കും രണ്ടിന്റെ കരിഞ്ചിരി?
രണ്ടായ് വന്ന്,
ഒന്നായൊഴുകി,
പലതായ് പിരിയും പ്രണയവര?
ജീവനിൽ പടരും ചിന്നലായ്
ഇ.സി.ജി.യിൽ കണ്ട ഇളകിയാടൽ?
പരിശോധനകളുടെയെല്ലാമൊടുവി-
ലാളിയ കരിമിന്നൽ?
എല്ലാം നോർമലെന്ന വേദാന്തമിന്നൽ?

5

ഇടവേളയിൽ വന്ന ഷെയ്ൻ വോൺ
ഒരു പരസ്യം ബൗൾ ചെയ്തു.
കൊഴിഞ്ഞ മുടിയിന്ന് ദുർമ്മുടിയല്ല.
ലാഭമുടി.
ആഗോളകേശ കോർപ്പറേഷന്റെ
ആള് വരും
ഓരോ ഇഞ്ച് മുടിക്കും തരും
ഓരോ ഡോളർ.
മുടി നടൂ
ആരുടെ തല പാട്ടത്തലയാക്കിയും. ■

ഞാൻവാദി

ഞാൻ വാദി,
ഞാനെന്റെ എതിർകക്ഷി,
സാക്ഷി,
വക്കീൽ,
ഞാൻ തന്നെ കോടതിയും,
കിട്ടുമോ നീതി
ഞാൻ പുരളാതെ?

2

ഞാൻ പ്രതി,
മനസ്സേ നിൻ
മുന്നോട്ട് പോക്കിനാൽ;
ഉടലേ നിൻ
പിന്നോട്ട് പോക്കിനാൽ

ഞാനെന്റെ ഭാഗം
പറയാതെ വയ്യ;
കേൾക്കാതെ വയ്യ, ഞാനെൻ
വിരൽപ്പാട് പതിയാ-
വാദ്യത്തിൽ വായിച്ച ദുഃഖ-
വിസ്ഫോടനങ്ങൾ, നീള-
മൊരു തെളിവിനിത്തിരി കൂടും
നുണയുടെ മുടന്തുകൾ,
ഭ്രാന്തിൻ കലക്കങ്ങൾ,
ഞാൻ വമിച്ച മതക്ഷോഭം, വിക്കി
വിങ്ങുന്ന പേടിയും.

ചികയാതെ വയ്യ,
ഞാനെൻ മന-

സ്സയഞ്ഞ് പുതുകാൻ ചാഞ്ഞ
പ്രണയത്തണൽ, അതിൽ വീണ
മറ്റൊന്നിൻ നിഴൽശങ്ക,
അതിൻപേരിൽ
ഇണയുടെ വിചാരണ.
ഏത് ബന്ധത്തിലും
എന്നും വിചാരണ,
നിത്യത,
നിത്യവിചാരണ.

മേശപ്പുറത്ത് ജഢമിട്ടുരുട്ടി
ഞാനെന്റെ ന്യായം
വിധിക്കാതെ വയ്യ.

കിട്ടുമോ നീതി
ഞാൻ പുരളാതെ? ■

മാവോ: മരിച്ചവർക്ക് ബൈനോക്കുലർ വേണ്ട

മരിച്ചവർക്ക് ബൈനോക്കുലർ വേണ്ട,
സഞ്ജയന്റെ വാക്കു വേണ്ട,
ദ്വിഭാഷിയും വേണ്ട;
അടുത്ത് കാണാം ചരിത്രം, ദൂരം,
ഏത് ഭാഷയിലെ മനസ്സും.

കൂട്ടക്കൊലയുടെ അടുത്തൊരു നാൾ
ടിയാനൻമെൻഫോട്ടോയിലിരുന്ന്
മാവോ കണ്ടു:
കൂട്ടക്കൊലയുടെ നിലം
മാറ്റിയെഴുതുന്നു ഭൂപടം.
തുടങ്ങുന്നു ടിയാനൻമെന്നിൽ
പുതിയ ഭയം, ജയം, ഭാഷ.
ലോകാവസാനത്തോളം നീളുന്ന വഴിയിൽ
ഓരോ വിളക്കുകാൽക്കുരിശിലും തൂങ്ങുന്നു
ഓരോ സ്പാർട്ടാക്കസ്,
ചോര വാർന്ന്.

വരും
കുരിശും കുരിശേറിമക്കളും
കമ്യൂണിസം വരുംകാലം അതിലും.

കൊല്ലും കൊലനിലവും
ഇല്ലാതില്ല വിപ്ലവം; ഭരണം;
മനുഷ്യരുടെ ഇതിഹാസമൊന്നും.

2

കണ്ടു മാവോ:
വീണിടത്ത് വറ്റും കണ്ണീർ,

വറ്റില്ല രക്തം; പടരും
പിന്നിലേക്കും മുന്നിലേക്കും;
ലോകാരംഭത്തിലെ പേരറിയാ രക്തം വരെ.
പേരറിയാ നാടോടി ദാർശനികർ വരെ.
എഴുത്തും കടലാസും
നീതിയും സാന്ത്വനങ്ങളും കണ്ടുപിടിച്ച
മൺമറഞ്ഞ നാഗരികതകൾ വരെ.
ഭാവിരക്തത്തിലെ പേരറിയാവെളിച്ചങ്ങൾ വരെ,
ത്രികാലങ്ങളിലെ സ്വയം കാണലില്ലാതെ
ഇല്ല ചരിത്രം.

3

കാണാനേയില്ലിന്ന് വൻമതിൽ
രക്തവില്പനക്കാരായ* യുവാക്കളുടെ
വൻനിരയല്ലാതെ.
കാണാനേയില്ല
ജീവന്റെ മഴവില്ലൊഴുകുന്ന സിര,
നാലായിരം യുവബുദ്ധരുടെ ജഡം ചീയുന്ന
കാനയല്ലാതെ.
കാണാനേയില്ല
ദയ ഉരുവിടുന്ന പ്രാർത്ഥനാചക്രങ്ങൾ.
ടാങ്ക് കേറിയിറങ്ങി
ഞെരിഞ്ഞു കോടിയ സൈക്കിൾ ചക്രങ്ങളല്ലാതെ.
സായുധസമാധാനത്തിലെ ഭയവെയിൽ,
ഹൈവേയിലൊരു വിരണ്ട മാൻ.
കാണാനേയില്ല എതിർയുവത്വം.
അരണ്ട പകലറുതിയിൽ
ആസക്തിയുടെ തെരുവുദ്യാനത്തിൽ
കെട്ടിമറിയുന്ന കാമജോടികളെയല്ലാതെ.

കാണാനേയില്ല
സഹിക്കാൻ വയ്യെന്റെ വായ്നാറ്റമെന്ന് കാതിൽ
പ്രണയധൈര്യത്തിൽ പറഞ്ഞ കാമിനിമാരെ.
കാണാനേയില്ലെന്റെ
വായ സുഗന്ധച്ചെപ്പാക്കിയ പല്ലുഡോക്ടറെ,
എന്റെ ചിരിസംവിധായകനെ.

* Chronicle of a blood merchant - (Chinese novel) Yu Hua

നഗ്നകളെ കാണിച്ചും
ജിൻസെങ് തീറ്റിച്ചുമെന്നിൽ
യൗവ്വനവന്യത ആളിച്ചോനെ.*

4

ചിറകടിച്ചുയരുന്ന വാക്കിനു മീതെ വെച്ച സ്ലാബ്
സാംസ്കാരികവിപ്ലവം.
ഏത് വാക്ക് തല കൊയ്യുമെന്നറിയായ്കയാൽ
കേൾക്കാനേയില്ലായിരുന്നു കവിത.
ഏത് നോട്ടം കണ്ണ് കെട്ടുമെന്നറിയായ്കയാൽ
കാണാനേയില്ലായിരുന്നു സൗന്ദര്യം.
തടവിലായെങ്കിലും പാടിയിരുന്നു ഞാൻ
തടയരുതേ തടയരുതേ
കായൽ നിലാവിലെ പുല്ലാങ്കുഴലെന്ന്.
നിർത്താതെ പറഞ്ഞും ചിരിച്ചുമൊഴുകുന്ന
പെൺകുട്ടികളുടെ അരുവികളെയെന്ന്.

5

കാണാം; പേരില്ലാത്തവർ കഴുകുന്നു
ചാരനിറമുള്ള തറയോടുകളിലെ ചോര.
കഴുകുകളെ തോല്പിച്ച് വട്ടം ചുറ്റുന്നു
പാർട്ടിവംശത്തിലെ പുതിയ ചക്രവർത്തിമാരുടെ
-എന്നേക്കാൾ സ്വാർത്ഥരും ക്രൂരരുമായവരുടെ
ഹെലിക്കോപ്റ്ററുകൾ.
കേൾക്കാം, തല തെറിച്ചോരേം
ഉടൽ ചീന്തിയോരേം
ചത്ത പോലെ കിടക്കുന്നോരേം
ലിബറലുകളേം പോസ്റ്റ്മോഡേണിസ്റ്റുകളേം
മാവോയിസ്റ്റുകളേം ഒരേ കുഴിയിൽ
കുഴിച്ചുമൂടാനവർ കല്പിക്കുന്നത്.

കേൾക്കാനേയില്ലാതായി
കുരുന്നുകളും കൂടും പോയ കുരുവികളുടെ
നിലയ്ക്കാത്ത നാടൻ ചോദ്യങ്ങൾ,

* Dr. Li Zhisuyi - private life of Chairman Mao - The Memoirs of Personal Physician.

വിശുദ്ധരോഷങ്ങൾ.
അവരും അനുസരിക്കുന്നു
നാവടക്കിയാൽ നാട് വിടേണ്ടെന്ന നിയമം.

6

മാവോയ്ക്കു തോന്നി:
റെഡ്ബുക്കിലെ മാവോസ്വരം
ആരെയും നിശ്ശബ്ദരാക്കാതായെന്ന്.
ചരിത്രത്തിലെ മാവോ
നേരും നുണയും പിണഞ്ഞൊരു
വന്യനീതിയായെന്ന്.
ഫോട്ടോയിലെ മാവോ
ചിത്രത്തിലെ സിംഹമായെന്ന്.
മഹാനും മൃഗത്തിനുമിടയിൽ താൻ
ഒറ്റയ്ക്കൊരു ജീവിവംശമായെന്ന്;
അതിവേഗം പുരാണമൃഗമായി മറയുന്ന ജീവി.
കാടുകളിലിപ്പോഴും അതിന്റെ ഗർജ്ജനമുണ്ടെന്ന്
കാടോടിവിജ്ഞാനീയം.

7

അടുക്കളച്ചുമരിലോ പൈനിലോ പോപ്ലാറിലോ
താവോയിലോ മൗനത്തിലോ ചാരി
മരവിച്ചിരിക്കുന്നു
ടാങ്കുകൾക്കിരയായ മക്കളുടെ അമ്മമാരും
ചാവാപ്രതികരണങ്ങളും.

അവരെത്തന്നെ നോക്കിനിൽക്കുന്നു
ബി.ബി.സി.യുടെ ക്യാമറകൾ. ■

മോക്ഷം

നെയ്യുരുളയിൽ പിന്നുടൽ പുതഞ്ഞ ഒരുറുമ്പ്
മനശ്ശക്തിചിന്തകളാലും
സംഘശരണസ്മരണകളാലും
സ്വയം മോചിപ്പിക്കാൻ ശ്രമിക്കുന്നതിനിടെ
ദൈവകരമെന്ന് തോന്നിച്ച് തിളങ്ങി
ഒരു സ്പൂൺ
താണ് വന്ന്
ആ ഹൃദയം കോരിയെടുത്ത്
മൊരിയുന്ന ദോശയിലിട്ടു. ■

www.ingramcontent.com/pod-product-compliance
Lightning Source LLC
LaVergne TN
LVHW060612051026
849519LV00002B/573
* 9 7 8 9 3 8 6 4 4 0 5 2 5 *